മരണത്തിന്റെ ചിത്രങ്ങൾ

INSIGHT PUBLICA

Nadakkavu, Kozhikode, Kerala, 673011
www.insightpublica.com
e-mail: insightpublica@gmail.com
Title: **Maranathinte Chithrangal**
Author: **R.P. Prakasan**
(Malayalam)
First Edition: April 2022
Layout & Cover: kjvj

Printed and Published by
InsightinPublica Printers & Publishers Pvt. Ltd.
ISBN 978-93-5517-229-7

മരണത്തിന്റെ ചിത്രങ്ങൾ

ആർ.പി. പ്രകാശൻ

INSIGHT PUBLICA®

കണ്ണൂർ ജില്ലയിലെ മയ്യിൽ അളോറയിൽ പരേതരായ നാരായണൻ നമ്പ്യാരുടെയും, മാധവി അമ്മയുടെയും മകനാണ്. കരസേനയിൽ മിലിറ്ററി പോലീസ് വിഭാഗത്തിൽ ഉദ്യോഗസ്ഥനായിരുന്നു. ഐക്യ രാഷ്ട്രസഭയുടെ ശാന്തിസേനയിൽ അംഗമായി, ആഫ്രിക്കയിലെ റുവാണ്ടയിൽ സേവനമനുഷ്ഠിച്ചിട്ടുണ്ട്.

ഒളിച്ചോട്ടം എന്ന ചെറുകഥക്ക് മംഗളം അവാർഡ് ലഭിച്ചു. ഈ കഥ ഇന്ത്യയിലെ തിരഞ്ഞെടുത്ത മികച്ച ചെറുകഥകൾ എന്ന വിഭാഗത്തിൽ ഉൾപ്പെടുത്തി, ഗുജറാത്ത് സമാചാർ പ്രസിദ്ധീകരി ച്ചിട്ടുണ്ട്.

പ്രസിദ്ധീകരിച്ച മറ്റ് ചെറുകഥകൾ, ചോളത്തിന്റെ മണം തേൻതുള്ളികൾ, മരണത്തിന്റെ ചിത്രങ്ങൾ.

ഭാര്യ ലത. കശ്യപ്, ചിരാഗ് (മക്കൾ)

വിലാസം: തരംഗിണി, അഞ്ചാംപീടിക, കല്യാശ്ശേരി
കണ്ണൂർ-670 331.

ആർ. പി. പ്രകാശൻ

ആമുഖം

വായിക്കാൻ അനവധി പുസ്തകങ്ങളും, അതിലേറെ സമയവും ഉണ്ടായിരുന്ന ഒരു കാലഘട്ടത്തിലാണ് ഞാൻ വളർന്നതെങ്കിലും ഒരു നല്ല വായനക്കാരനാകാൻ കഴിഞ്ഞിരുന്നില്ല. കേരളത്തിൽ തന്നെ ഏറ്റവും കൂടുതൽ വായനശാലകളുള്ള മയ്യിൽ ഗ്രാമത്തിൽ ആയിരുന്നു പഠിച്ചതും വളർന്നതും എന്നത് അഭിമാനമുളവാക്കുന്നു. ബാലസാഹിത്യത്തിലെ പി.സി. കോരുത് മുതൽ, അക്കാലത്തെ (എക്കാലത്തെയും) പ്രശസ്ത സാഹിത്യകാരനായ പലരുടെയും രചനകൾ ആദ്യമായി വായിക്കാൻ സൗകര്യമൊരുക്കിയത് മയ്യിൽ സി.ആർ.സി. തന്നെ ആയിരുന്നു. അവിടെ നിന്നു കിട്ടിയ പ്രചോദനമാവാം, വായന പിന്നീട് വീട്ടിൽ തന്നെ ബൃഹത്തായ ഒരു പുസ്തക ശേഖരം സ്വന്തമായുള്ള സഹോദരന്റെ അലമാരയിലേക്ക് നീണ്ടത്.

ഒരിക്കലും എന്തെങ്കിലും എഴുതുമെന്നോ, അത് പ്രസിദ്ധീകരിക്കുമെന്നോ, ആലോചനയിൽ പോലുമുണ്ടായിരുന്നില്ല. ഒരു പക്ഷേ മുകളിൽ എഴുതിയ കാര്യങ്ങളിൽ നിന്നും കിട്ടിയ പ്രചോദനം തന്നെ ആവാം. അതിനു കാരണക്കാരായ എല്ലാവരെയും ഈ അവസരത്തിൽ സ്മരിക്കുന്നു.

പ്രകാശൻ

കഥകൾ

ചോളത്തിന്റെ മണം

കട്ടിയേറിയ മൂടൽ മഞ്ഞിൽ കുതിർന്ന ഏറുമാടത്തിൽ കൂനിക്കൂടി ഇരിക്കുകയാണ് ഡോക്കു. പിഞ്ഞിപ്പോയ കമ്പിളി കണ്ണത്തിനുള്ളിൽ അയാളുടെ ശുഷ്ക്കിച്ച ശരീരം ഒതുങ്ങിയില്ല. പരന്നു കിടക്കുന്ന ചോളപ്പാടത്തിനു നടുവിലെ ഉയർന്ന ഏറുമാടത്തിൽ, പൊതുവെ, മഞ്ഞും കുളിർ കാറ്റും കൂടുതലാണ്. ശൂന്യമാണെന്നറിഞ്ഞിട്ടും, അയാൾ പുകയില പൈപ്പിലേക്ക് കയ്യോടിച്ചു. എന്തോ ശക്തി ആവാഹിച്ചെടുക്കാനെന്നോണം, അത് ചുണ്ടിൽ തിരുകി ശക്തിയായി വലിച്ചു. അനന്തരം അത് കൈവെള്ളയിലിട്ടു കുത്തി. അയാൾ അസ്വസ്ഥനായിരുന്നു പതിവിലേറെ.

പീള കെട്ടിയ ചീഞ്ഞ കണ്ണുകൾക്ക് മുകളിൽ കൈവെച്ചു അയാൾ ദൂരേക്ക് നോക്കി. ആരോ നടന്നു നീങ്ങുന്നുണ്ട്. പിസ്തോ ആണെന്ന് തോന്നുന്നു. തല തെറിച്ചവനാണെങ്കിലും, പറഞ്ഞാൽ, ചിലപ്പോഴൊക്കെ സഹായിക്കാറുണ്ടവൻ. കൂലിയായി നൽകുന്ന ഒരു ചോളം കൂടാതെ, ദൂരെ മറയുമ്പോൾ ഒന്നുകൂടി പിഴുതെടുക്കും. കവണയിൽ തിരുകിയ കല്ലിൽ പിടിച്ചു അയാൾ ആത്മഗതം ചെയ്യും. “കടന്നു പൊയ്ക്കോ, എന്റെ ഉന്നം പിഴക്കാറില്ല”.

അതവനായിരുന്നെങ്കിൽ!

ഒരു നല്ല പുകയില കിട്ടിയിരുന്നെങ്കിൽ! അയാൾ ആശിച്ചു. ഈ പാടത്തിലെ മുഴുവൻ ചോളവും നൽകേണ്ടി വന്നാലും വേണ്ടില്ല. അയാൾ ഊക്കോടെ വിളിച്ചു.

“പിസ്തോ... പിസ്തോ...”

കഫക്കെട്ട് നിറഞ്ഞ തൊണ്ടയും, പുകയില രുചി മറന്ന നാവും തന്നോടൊപ്പമില്ലെന്നു അയാൾക്കു തോന്നി. അയാൾ വീണ്ടും വിളിച്ചു. അവൻ ഇങ്ങോട്ട് തന്നെ. അയാൾക്കാശ്വസമായി.

“പിസ്തോ, നീ എങ്ങോട്ടാ? കമ്പിളിക്കുള്ളിൽ അയാളൊന്നിളകി. തോളെല്ലിൽ കുരുങ്ങിക്കിടന്ന നിക്കറിന്റെ വള്ളിയിൽ പിടിച്ച ചോദ്യരൂപേണ അവൻ നിന്നു.

“പിസ്തോ ഇന്നലെ മുതൽ ഞാൻ പട്ടിണിയിലാണ്. എനിക്കിത്തിരി പുകയില കൊണ്ടു തരുമോ?”

നിക്കറിന്റെ വള്ളിയിൽ നിന്നും അഴുക്കും ചളിയും പുരണ്ട കൈ അയാൾക്ക് മുന്നിൽ നീണ്ടു. മരത്തിൽ പണിത പഴകിയ പൈപ്പ് കയ്യിൽ തട്ടി അയാൾ പറഞ്ഞു.

“എന്റെ കയ്യും കീശയും ശൂന്യമാണ്. ഈ പൈപ്പ് പോലെ. അയാളുടെ നിസ്സഹായതയിൽ അവൻ സഹികെട്ടു. പിന്തിരിഞ്ഞു നടക്കുമ്പോൾ അവൻ നീട്ടി തുപ്പി. അമർഷത്തിന്റെ കയ്പ്പെന്നോണം.

കാലത്തിന്റെ സ്വർണ്ണക്കയങ്ങളിലേക്ക് അയാൾ ഊളിയിടാറില്ല. യുദ്ധം തനിക്ക് വരുത്തിവെച്ച നഷ്ടത്തിന്റെ നീണ്ട പട്ടികയെ കുറിച്ച ചിന്തിക്കാറില്ല. മരവിച്ച മനസ്സിന് മുന്നിൽ അതൊന്നും പച്ച പിടിക്കാറില്ല. യുദ്ധത്തിൽ മരിച്ച മക്കൾ... അവരുടെ ഭാര്യമാർ, ചെറുമക്കൾ... കടുത്ത ആസ്ത്മ രോഗത്തിന്റെ പിടിയിൽ ഒരിറ്റു ശ്വാസത്തിനായി വില്ലുപോലെ വളഞ്ഞു നിശ്ചലയായ ഭാര്യ എസ്തർ. ഉണങ്ങാത്ത മുറിവ് നേടി തന്ന വലതുകാൽ. സ്വന്തം മണ്ണിൽ മറ്റൊരുവന്റെ വിളവിനു കാവൽ നിൽക്കേണ്ടിവന്ന വിധി! ഇനി ഒരു പ്രതീക്ഷയുണ്ട്. ശത്രു സൈന്യത്തിൽ ചേർന്ന് രക്ഷപ്പെട്ട നാലാമത്തെ മകൻ പാസ്കൽ. കണ്ണടയും മുമ്പ് അവനെയൊന്നു കാണണം. കാണുമെന്നു മനസ്സ് പറയുന്നു. അവന്റെ ഭാര്യ ജാക്വിലിനെ കാണാനെങ്കിലും വരാതിരിക്കില്ല. അവളാണ് ഇന്നൊരാശ്രയം. മുടങ്ങാതെ വല്ലതും കിട്ടുന്നുണ്ട്. ഇന്നലെ അവളെ കണ്ടതേയില്ല. എന്ത് പറ്റിയാവോ? പിസ്തോയും ഈ വഴി വന്നിരുന്നില്ല. അവനോട് ചോദിക്കാം. പേരക്കുട്ടിയാണെ ങ്കിലും അവനെ അയാൾക്ക് പേടിയാണ്. തീക്ഷ്ണമാണവന്റെ നോട്ടം. പാസ്കൽ തിരിച്ചു വന്നില്ലെങ്കിൽ... ഒരു പക്ഷേ, പിസ്തോയാണ് എന്റെ രക്തത്തിലെ അവസാനത്തെ തുള്ളി. പാസ്കൽ

എവിടെയായിരിക്കും? ബുറുണ്ടിയിലും മറ്റും ഇപ്പോഴും യുദ്ധം തുടരുന്നുണ്ടല്ലോ. അഭയാർത്ഥി കേമ്പിലോ, അതോ ശത്രുവിനൊപ്പമോ?

ജാക്വിലിന് പ്രതീക്ഷ കുറഞ്ഞ മട്ടാണ്. അവൾക്കും അവനെപറ്റി ഒരു വിവരവും കിട്ടുന്നില്ലല്ലോ. പത്തു മക്കൾ മരിച്ചതിലും ദുഃഖം അവനെപറ്റി ഒന്നും അറിയാതിരിക്കുമ്പോഴാണ്.

കമ്പി വേലികൾക്കപ്പുറം യു.എൻ. സൈന്യത്തിന്റെ ടാങ്കുകൾ ഉണർന്നു. കനത്ത മഞ്ഞിലൂടെ അങ്ങോട്ടുള്ള കാഴ്ചകൾ അവ്യക്തമാണ്. ടാങ്കിന്റെ മുകളിൽ കാണാറുള്ള ചുവന്ന വെളിച്ചമാണ് തീക്കനൽ പോലെ കാണുന്നത്. പട്ടാളക്കാർ ജോലിക്കിറങ്ങുകയാവും. അവരാരെങ്കിലും ഇങ്ങോട്ട് വന്നിരുന്നെങ്കിൽ!... ഇത്തിരി പുകയില... കൈ വിരൽ വീണ്ടും പൈപ്പിൽ സ്പർശിച്ചു. ക്യാമ്പിൽ നൈജീരിയൻ പട്ടാളമാണെറെയും. തൊലി വെളുത്തവരും ഉണ്ട്. അവർ ഏത് രാജ്യക്കാരണോ എന്തോ... പിസ്തോക്കറിയും. കുറെയായി അവന്റെ രാപ്പകലുകൾ അവരുടെ കവാടത്തിലാണ്. ഒപ്പം കുറെ കൂട്ടുകാരും. മിക്കവരും അനാഥർ... ചിലർ തന്തയേതെന്നറിയാത്തവർ. ഒരു പക്ഷേ, തന്റെ മരണം വരെ... അത് കഴിഞ്ഞാൽ, അവനും ആ കൂട്ടത്തിൽ പെടും. ഇപ്പോഴാണെങ്കിൽ... അല്ലെങ്കിൽ എന്തിനിങ്ങനെ അവകാശം സ്ഥാപിക്കുന്നു.? അവനു വേണ്ടി എന്താണ് ചെയ്യാൻ കഴിഞ്ഞിട്ടുള്ളത്? ഈ എട്ട് വയസ്സുകാരനിൽ നിന്നും ഇങ്ങോട്ടല്ലാതെ? തെണ്ടിക്കിട്ടുന്ന ബിസ്കറ്റും എച്ചിലുകളും പലപ്പോഴും അവൻ കൊണ്ട് തന്നിട്ടുണ്ട്. വിളഞ്ഞു നിൽക്കുന്ന ചോളത്തിൽ അവനും അവന്റെ അനാഥ പട്ടാളവും കണ്ണെറിയുമ്പോൾ. തന്റെ കൈ അറിയാതെ, കല്ലിലും കവണയിലും തൊട്ടു പോകുന്നു. അവൻ തനിച്ചാണെങ്കിൽ സഹിക്കാം. ഇത്രയും അനാഥപ്പട്ടാളത്തെയോ? തന്നിലുള്ള വിശ്വസമോ അനുകമ്പയോ എന്നറിയില്ല. തോട്ടമുടമ പറഞ്ഞതോർത്തു. "തന്റെ ഭൂമി ആയിരുന്നല്ലോ എന്നോർത്താ... ഇവിടെ നിന്നും ഇറക്കി വിട്ടാൽ താഴ്വാരത്തിലെ കുടിലിൽ നിന്നും സൂര്യനെ കാണാമെന്നു കരുതേണ്ട. ശരിയാണ് ഇനി താഴ്വാരത്തിലേക്കിറങ്ങിയാൽ ഈ കാലുമായി പിന്നീടൊരു തിരിച്ചുവരവ് പ്രതീക്ഷിക്കാനില്ല. ഇവിടെ പുകയിലക്കുള്ള ഫ്രാൻക്സ് ഒത്തു പോകുന്നുണ്ട്... മറ്റൊന്നിനും തികയില്ലെങ്കിലും...

'ഇതാ", കീശയിൽ നിന്നും പല വലിപ്പത്തിലുള്ള സിഗരറ്റു കുറ്റികൾ പിസ്തോ പുറത്തെടുത്തു. 'ഇത് മാത്രമേ കിട്ടിയുള്ളു. ഈ വെളുപ്പിന് ആരോട് ചോദിക്കാൻ?"

മറുകൈയ്യിലെ റൊട്ടി കഷ്ണം വായിൽ തിരുകി കൊണ്ടവൻ നീട്ടി. അയാൾ ആർത്തിയോടെ അവ കത്തിച്ച് പുകച്ചു. അൽപനേരത്തേക്ക് ഇരുവരും ഒന്നും ഉരിയാടിയില്ല. അവർ രണ്ടുലോകത്തായിരുന്നു.

സിഗരറ്റ് കുറ്റിയിലെ പഞ്ഞി പുകഞ്ഞില്ല. ജീവൻ തിരികെ കിട്ടിയ പോലെ അയാൾക്ക് തോന്നി. നന്ദി നിറഞ്ഞ കണ്ണുകൾ പിസ്തോയിൽ വീണു. പിസ്തോ അവന്റെ ലോകത്തു നിന്നും വിമുക്തനായിട്ടില്ല. റൊട്ടി ചവക്കുമ്പോൾ, അവന്റെ ശരീരം ഇളകുന്നുണ്ട്. നെഞ്ചിലൊട്ടിയ തൊലി മേലോട്ട് വലിയുന്നു. തുണിയിൽ പൊതിഞ്ഞ അസ്ഥികൂടം പോലെയുണ്ട്. തലമുടിക്ക് മണ്ണിന്റെ നിറം. വള്ളിനിക്കർ ഒരിക്കലെങ്കിലും കഴുകയിതായി തോന്നിയില്ല. മുഴുവനും ചളി പിടിച്ചിരിക്കുന്നു. ദൈവമേ, നീ എന്നെയും ഇവനെയും, ഇവിടെ വിട്ടത് എന്തിനാണ്? അയാൾ മനസ്സിലെവിടെയോ കുരിശ് വരച്ചു.

മൂടൽമഞ്ഞ് സൂര്യരശ്മികൾക്കു വഴങ്ങി. അവ ചോളത്തിന്റെ നീണ്ട ഇലകളിൽ നിന്നും പിടിവിട്ട് മണ്ണിലേക്ക് വീണു. ഏറുമാടത്തിലെ മരത്തൂണിൽ വട്ടത്തൊപ്പിക്കു മുകളിൽ നിന്നും നീർകണങ്ങൾ ഇളകി. അകലെ നീലമലകളിൽ അങ്ങിങ്ങായി ചിതറി കിടന്ന വെളുത്ത മേഘപാളികൾക്ക് നല്ല ഭംഗി.

പട്ടാള ടാങ്കുകൾ വരിവരിയായി നീങ്ങി. ഗേറ്റിനു പുറത്തു വഴിയോരം ചേർന്ന് കുലുങ്ങിയും ചരിഞ്ഞും അവ സ്ഥാനം പിടിച്ചു. മുകളിലിരുന്ന പട്ടാളക്കാർ ഉച്ചത്തിൽ ചിരിക്കുകയും, ബഹളം വെക്കുകയും ചെയ്യുന്നു. ഒഴിഞ്ഞ ബിയർ ടിന്നും, കുപ്പികളും അവർ മാനത്തേക്ക് എറിഞ്ഞു. പിസ്തോ വെള്ളത്തിന് വേണ്ടി പിറുപിറുത്തു. മൂലയിൽ വെച്ചിരുന്ന ബിയർ കുപ്പികൾ ഓരോന്നായി അവൻ വായ്ക്കു മുകളിൽ കമഴ്ത്തി. അനന്തരം പടികൾ ഇറങ്ങി ക്യാമ്പിനടുത്തേക്ക് കുതിച്ചു.

ഗേറ്റിനു വെളിയിൽ, പട്ടാളക്കാർ കൂടി നിൽക്കുന്നുണ്ട്. മേലാധികാരിയാവാം. അവർക്ക് നിർദ്ദേശങ്ങൾ നൽകുന്നത്. പിസ്തോ അവന്റെ പട്ടാളത്തോടൊപ്പം ചുറ്റി നടക്കുന്നു. ദിവസങ്ങൾ കഴിയുമ്പോൾ ഇവരും ഇവിടം വിട്ടു പോകും. അത് കഴിഞ്ഞാൽ പഴയ റുവാണ്ടയെ തിരിച്ചു കിട്ടുമോ? അതോ ഇനിയും മനുഷ്യ ജഡങ്ങൾ പുഴുത്ത്, ദുർഗന്ധം വമിക്കുന്ന മണ്ണിലേക്കോ? അയാൾ തന്റെ കാലുകളിലേക്ക് നോക്കി നെടുവീർപ്പിട്ടു. ബുതാറയിലെ തുറന്ന ജയിലിലെ സമ്പാദ്യം, ലിംഗഭേദവും, വലിപ്പച്ചെറുപ്പവുമില്ലാതെ,

അർദ്ധനഗ്നരായി, മൂർച്ചയേറിയ കമ്പിക്കൂടിനുള്ളിൽ, മഴയും, വെയിലും മഞ്ഞും, തണുപ്പും സഹിച്ചു നീക്കിയ നാളുകൾ. മുതല ക്കുളത്തിലേക്കെറിയപ്പെടുന്ന ഇരപോലെ കിട്ടിയ ഭക്ഷണം. കുറച്ചു ദിവസങ്ങൾ കൂടി കഴിഞ്ഞിരുന്നെങ്കിൽ... ഇതൊന്നും ഓർക്കേണ്ടി വരില്ലായിരുന്നു. കമ്മീഷന്റെ കണ്ണിൽ പെട്ടത് കൊണ്ട് രക്ഷപ്പെട്ടു. ഈ ശിക്ഷ ബാക്കിയായി. മാംസം അടർന്നു അസ്ഥി വരെ കാണാവുന്ന കാലുമായി, ചോളപ്പാടത്തിലെത്തുന്ന കിളികൾക്ക് ശത്രുവായിട്ട് മിത്രങ്ങളായി കുറെ കല്ലുകൾ. ഇരന്നു കിട്ടുന്ന പുകയില. മകന്റെ ഭാര്യ എന്നതിൽ കവിഞ്ഞു, തന്നെ പരിചരിക്കുന്നല്ലോ എന്ന വിചാരം ബാക്കി നിർത്തുന്ന ജാക്വിലിൻ.

അവളെവിടെ പോയി? ഒരു തരം മുഷിപ്പ് കാണുന്നുണ്ടവളിൽ. പിസ്തോ അന്തിക്കൂട്ടിന് ചെല്ലാത്തതാവും. ചോദിച്ചപ്പോൾ അവൻ മുരണ്ടു.

“ഞാനെന്തിനു പോണം? അവനില്ലെ, ആ നൈജീരിയക്കാരൻ?” എട്ടുവയസ്സുകാരന്റെ അമർഷം.

അവളിലെ മാറ്റങ്ങൾ തനിക്കും ശ്രദ്ധിക്കാതിരിക്കാൻ കഴിഞ്ഞില്ല. മറന്നു വെച്ച ചിരി വീണ്ടുകിട്ടിയ പോലുണ്ട്.

ഇപ്പോൾ പിഞ്ഞിക്കീറിയ നിറം മങ്ങിയ പഴയ ഉടപ്പുകളില്ല. മുഖത്തെ കറുപ്പിന് തിളക്കം കൂടിയിട്ടുണ്ട്. സുഗന്ധദ്രവ്യത്തിന്റെ മണം. കഴുത്തിൽ മിന്നിക്കാണുന്നത് പൊൻ നൂലായിരിക്കുമോ? എന്നെങ്കിലും പാസ്കൽ തിരികെ വരുമ്പോൾ?

വിളവെടുപ്പ് കഴിഞ്ഞാൽ തോട്ടമുടമ വല്ലതും തരാതിരിക്കില്ല. അത് അവൾക്ക് കൊടുക്കാം. പിസ്തോക്ക് ഒരു കുപ്പായം. തനിക്കോ? തനിക്ക്, ഈ പൈപ്പ് നിറയെ പുകയില. അയാൾ, പൈപ്പിനുള്ളിൽ വിരലിട്ടു ചുഴറ്റി. നിറഞ്ഞ പുകയിലയിൽ ഗ്യാസ് ലൈറ്ററിലെ നീലജ്വാല പടർന്നു കയറുന്നത് അയാൾ ഭാവനയിൽ കണ്ടു. കറപിടിച്ചു ദ്രവിച്ച പല്ലുകൾക്കിടയിൽ നിന്നും, പുക ഉയർന്നു പൊങ്ങി. ഏറുമാടത്തിൽ, കനത്ത പുക കട്ട പിടിച്ചു നിന്നു.

പുക അടിവയറ്റിലോളം വലിച്ചെടുത്ത് അയാൾ പുറത്തേക്ക് ചീറ്റി. അയാൾക്ക് മുന്നിലെ ദൃശ്യങ്ങൾ അവ്യക്തമായി തുടങ്ങി. കവണ, കല്ലുകൾ, ഒഴിഞ്ഞ ബിയർ കുപ്പികൾ, വട്ടത്തൊപ്പി, മറവ് ചെയ്യാതെ അളിഞ്ഞ ജഡത്തിന് മുകളിൽ തഴച്ചു വളർന്ന കരിമ്പച്ചനിറമുള്ള ചോളതൈകൾ. വിളഞ്ഞു നിൽക്കുന്ന സ്വർണ്ണ വർണ്ണമുള്ള ചോളം.

അതിനപ്പുറം പട്ടാള ക്യാമ്പില്ല. അൽപം മുമ്പ് മുഴങ്ങിയ ടാങ്കുകൾ, നിർജീവമാണ്. അതിനു മുകളിൽ ആർത്തു ചിരിക്കുന്ന പട്ടാളക്കാരില്ല. അകലെ, നീലമല മടക്കുകളിൽ കണ്ട വെളുത്ത മേഘശകലങ്ങൾ അയാൾ തുപ്പിയ പുകയാണ്.

"പട്ടാളക്കാർ തിരിച്ചു പോകയാണ്. ജാക്വലിനെ അവൻ കൊണ്ടു പോകുമെന്ന്... ആ നൈജീരിയക്കാരൻ". പിസ്തോ കയറി വന്നു പറഞ്ഞു.

പാടത്തിനൊരു ഭാഗത്ത്, എന്തോ അനങ്ങി.

ഒരു നിമിഷം അയാൾ ഞെട്ടി. അയാൾ കവണയിൽ കല്ല്, കൊരുത്തു, ചെവിയോളം വലിച്ചു പിടിച്ചു. പിന്നീട് എന്തോ ഓർത്ത്. അത് തിരികെ വെച്ചു.

"ഇനി പ്രാതലൊന്നും കിട്ടിയെന്നു വരില്ല. ഇതൊക്കെ മതി". പിസ്തോ നീട്ടിയ ചോളം വാങ്ങുമ്പോൾ അയാളുടെ കൈ വിറച്ചു. കണ്ണടച്ചു ചുണ്ടോട് ചേർത്തു അതിൽ പല്ലുകൾ അമർത്തി.

ചീഞ്ഞളിഞ്ഞ ജഡഗന്ധം മൂക്കിലിരച്ചു കയറി. അതിലെവിടെയോ, അയാളുടെ മക്കളുടെ മണമുണ്ടായിരുന്നു.

പൊൻതൊട്ടിൽ

"രോണി... യേ..."

ആ വിളി ചെന്നെത്താനുള്ള കാത്, അഞ്ചാറു കൊല്ലം മുമ്പ് മണ്ണടിഞ്ഞതാണെന്ന്, ബോധ്യമുണ്ടായിട്ടും, കരുണൻ പണിക്കർ വിളിച്ചു. ആ വിളി കേട്ട്, അവളെന്നല്ല, ആരും തന്നെ വരില്ല. ശബ്ദം പുറത്തു വന്നോ, അതോ ഉൾവിളി മാത്രമായിരുന്നോ?

അർദ്ധഭാഗം പൊളിച്ച പണിത വീടിന്റെ ഉമ്മറത്തിന്റെ തെക്കേ അറ്റത്ത്, എണ്ണ മെഴുക്ക് മൂടി മുഷിഞ്ഞ ചാരു കസേരയിൽ ഒരു ചോദ്യചിഹ്നം പോലെ അയാൾ ചുരുണ്ടു.

പൊളിക്കാത്ത ഭാഗത്തെ മരപ്പണികൾ ദ്രവിക്കുകയും മണ്ണോടുകൾ സ്ഥാനം തെറ്റുകയും ചെയ്തിട്ടുണ്ട്. എന്നാണാവോ എല്ലാം കൂടി...

"സ്ഥാനികരൊക്കെ പോയോ?"

വീണ്ടും ആരും കേൾക്കാനില്ലാത്ത ഒരു ചോദ്യം കൂടി അവിടെ മുഴങ്ങി.

"കുംഭ മാസമല്ലെ ഇത്?" അയാള് പിറുപിറുത്തു...

"ഭഗോതിയെ, ഇത്തവണ തലപ്പാളി കെട്ടാനുള്ള ഭാഗ്യം അടിയന് തരണേ..."

പ്രമേഹം തിന്ന ശേഷിച്ച കാലിന്റെ ഭാഗം തെയ്യത്തിനൊരുക്കിയ പന്തം പോലെ അറ്റം വീർത്തു നിന്നു. ഇതൊക്കെ മാറും. ഭഗോതി അനുഗ്രഹിച്ചാൽ...

തലക്ക് മുകളിലെ ഇളകിത്തുടങ്ങിയ മണ്ണോടുകളിൽ ദൈവക്കോലങ്ങൾ നിരന്ന പോലെ തോന്നി. മുമ്പും ഉണ്ടായിട്ടുണ്ട് ഇങ്ങനെ. തട്ടി തെറിച്ച തീക്കനൽ കാൽതളയിൽ കുടുങ്ങിയത് അറിഞ്ഞില്ല. ഉഗ്രമൂർത്തിയായ ചാമുണ്ഡി അമ്മയായിരുന്നു അന്ന്. തിരുമുടി അഴിച്ച്, പീഢത്തിലിരുന്ന് ആടയാഭരണങ്ങൾ അഴിക്കുമ്പോഴാണ് ശ്രദ്ധയിൽ പെട്ടത്. കാലങ്ങളായുള്ള കാൽതള തഴമ്പ് കരിഞ്ഞിളകിയിരുന്നു.

ആവാഹിച്ചെടുത്ത രൗദ്ര ഭാവത്തിൽ, ചെണ്ടയുടെ താളത്തിൽ ചവിട്ടിയ നൃത്തം! ഒന്നും അറിഞ്ഞില്ല! ഒരു നുള്ള് മഞ്ഞൾക്കുറിയും, ഭസ്മവും, കൊടി ഇലയിൽ കത്തുന്ന തിരി പിഴിഞ്ഞ നെയ്യും മരുന്നായി. കലപോലും അവശേഷിച്ചിരുന്നില്ല.! അതൊന്നും പുത്തരി ആയിരുന്നില്ല. വയൽത്തിറ നടക്കുന്ന സ്ഥലങ്ങളിൽ, മൺകട്ടയും, നെല്ല് മൂർന്ന (കൊയ്ത്ത) ഒട്ടവും (വൈക്കോൽ കുറ്റികൾ) കാണും. വയൽത്തിറയിലെ വിഷ്ണു മൂർത്തിക്കെന്ത് കനൽ? എന്ത് ഒട്ട? എന്ത് മണ്ണും വെണ്ണീറും? കുലോങ്ങളിൽ നിന്നും കാവിലേക്കും, കോട്ടങ്ങളിലേക്കും, ക്ഷേത്ര മുറ്റത്തും... മാറി മാറി...

തലക്ക് മുകളിൽ നിരന്ന ദൈവക്കോലങ്ങളെ കാണാനെന്നോണം അയാൾ കണ്ണ് തുറന്നു പിടിച്ചു. ഉച്ചമയക്കത്തിൽ അതൊരു ഘോഷയാത്രയായി.

ഹോ! എന്തായിരുന്നു ആ കാഴ്ച! എങ്ങോട്ടാണ് ഈ ദൈവങ്ങളൊക്കെ? എല്ലാവരും പരിചിത മുഖങ്ങൾ. അസുരാളനും, പഞ്ചുരുളിയും കതിവന്നൂർ വീരനും, എളംബച്ചിയും, മുച്ചിലോട്ട് ഭഗവതിയും, ഉച്ചിട്ടയും, വിഷ്ണുമൂർത്തിയും, ഘണ്ടകർണ്ണനും, ഗുളികനും, പൊട്ടൻ തെയ്യവും... വിശാലമായ വയൽ പച്ചയുടെ നടുവരമ്പുകളിലൂടെ... കാറ്റിൽ, ഓല മുടിയും, പാളമുടിയും, പീലിമുടിയുമൊക്കെ ഇളകിയാടുന്നു. കാൽ ചിലമ്പിന്റെയും, കാൽത്തളകളുടെയും നാദം അടുത്തു വരുന്നു. വരമ്പുകൾ തീരുന്നിടം, കമുകിൻ പാലം കടന്ന് ചിറ വരമ്പത്തൂടെ വലത്തോട്ട്... പിന്നിലായിരുന്ന പൊട്ടൻ തെയ്യത്തിന്റെ തോറ്റം അകന്നകന്നു പോകുന്നു...

'നീങ്കളെ കൊത്തിയാലും ചോരല്ലെ ചൊവ്വറെ, നാങ്കളെ കൊത്തിയാലും ചൊരല്ലെ ചൊവ്വറേ... പിന്നെന്ത് ചൊവ്വറ് കുലം പിശ്ക്കുന്ന്... തീണ്ടിക്കൊണ്ടല്ലെ കുലം പിശ്ക്ന്ന്...'

"രോ... ണിയേ"

"എന്താ"... അവൾ വിളി കേട്ടു.

"നീ കണ്ടോ, ദൈവത്താറുകളുടെ എഴുന്നള്ളത്ത്?"

അവളൊന്നും മിണ്ടാതെ, ചാരുകസേര പറ്റി നിന്നു.

"നിനക്കോർമ്മയുണ്ടോ, ഞാനാദ്യം കോലാധാരിയായ നാളുകൾ?"

അപ്പോളും അവൾ മൗനമായിരുന്നു. തോട്ടിലെ തെളിനീരിലെ പരൽ മീനുകളെ പോലെ ഓർമ്മകൾ ഇളകി.

കോലാധാരി ആയതിന്റെ അമ്പതാം വർഷം

ദിവസങ്ങൾക്ക് മുമ്പാണ് കമ്മിറ്റിക്കാർ പട്ടും വളയും തന്ന് ആദരിച്ചത്.

"അമ്പത് വർഷങ്ങൾ" അയാൾ പിറുപിറുത്തു...

വിയർത്തൊഴുകുന്ന കുംഭച്ചൂടിൽ, വിശാലമായ തിരുമുടിയുടെ നിഴൽവരെ കാൽക്കീഴിൽ അമരുന്ന മദ്ധ്യാഹ്നത്തിൽ, സർവാഡംബര വിഭൂഷിതയായി. പെരുമ്പറ താളത്തിൽ ചുവടു വെച്ച എത്രയോ വർഷങ്ങൾ.

"കര്ണോട്ടൻ തെയ്യം കെട്ടുന്നുന്ന് കേട്ടല്ലോ?" പടർന്നു നിന്ന ഒളമാവിന്റെ കരിമ്പച്ചകൾക്കിടയിൽ നിന്നും രോഹിണി ചോദിച്ചു.

"അങ്ങനെ കേൾക്കുന്നു. ഉറപ്പായില്ല. സ്ഥാനികരും കമ്മിറ്റിക്കാരും തീരുമാനിക്കും"

"ആദ്യമായിട്ടല്ലെ? നല്ലോണറിയോ, തെയ്യം?"

ആറേഴ കൊല്ലം കുത്ത് വിളക്കുമായി, മുന്നിലും പിന്നിലും നടന്ന അനുഭവം. ചടങ്ങുകൾ അറിയാം... തോറ്റമറിയാം. മാൻ കണ്ണും, പ്രാക്കെഴുത്തും അറിയാം... തലപ്പാളി അണിഞ്ഞ്, ചുകപ്പ് മാറിൽ കെട്ടി, വെളുമ്പനുടുത്ത്, ദിക്കുകൾ വന്ദിച്ച്, തിരുമുറ്റത്തേക്ക്, ചെണ്ട താളത്തിനൊപ്പം നടന്നു വരുന്ന...

"എന്താ ഒന്നും മിണ്ടാതെ?"

"ഞാനൊന്നുമറിയേണ്ടല്ലോ... എല്ലാം അവിടുത്തെ കല്പനയല്ലേ?"

"അനുഗ്രഹം വാങ്ങുമ്പോൾ, ഞാനൊരുട്ടം ചോദിക്കും, തന്നേക്കണെ..." അവൾ ചിരിച്ചു.

"അനുഷ്ഠാനം തുടങ്ങാൻ പറഞ്ഞു അമ്മാമൻ".

ഇടവഴിയിൽ, ചരല്ലുകൾ ഞെരിഞ്ഞമരുന്ന ശബ്ദം കേട്ടതിനാലാവും അവൾ പോയിരുന്നു.

പിന്നീട് ഒരു ദിവസം കണ്ടപ്പോൾ അവൾ പറഞ്ഞു. "എന്തായിരുന്നു തിരക്ക് കാവിൻമുറ്റത്ത് കാല് കുത്താൻ ഇടമില്ലാത്തപോലെ. മണിക്കൂറുകൾ നിന്നു അനുഗ്രഹം കിട്ടാൻ. ഞാൻ ഒരുട്ടം ചോദിച്ചിരുന്നു. കേട്ട ഭാവം നടിച്ചില്ല. ഏറിയൊരു ഗുണം വരണം... എല്ലാരോടും പറയുന്നത് തന്നെ എന്നോടും..." പരിഭവം മുഖത്ത് നിന്നും തൊണ്ടയിലേക്കിറങ്ങി.

"ഞാനല്ലല്ലോ അനുഗ്രഹിച്ചത്... ചാമുണ്ടിയല്ലെ?"

"ഉം... എല്ലാരും പറഞ്ഞു, സാക്ഷാൽ ദേവി തന്നെന്ന്. അട്ടഹാസം അകലെയുള്ള ദേവസ്ഥാനം വരെ കേട്ടെന്നും പറയുന്നു."

"ഞാൻ കേട്ടില്ലെങ്കിലെന്താ? നിനക്ക് ദേവിയുടെ അനുഗ്രഹം വേണ്ടുവോളം ഇല്ലേ?"

"ഉണ്ടോ? കല്യാണത്തിന് ആറുകൊല്ലം കഴിഞ്ഞപ്പോൾ അവൾ ചോദിച്ചു. ഇനിയെന്ത് നേർച്ചയാ ഞാൻ നേരണ്ടെ?"

ആ കൊല്ലം തന്നെയായിരുന്നു അമ്മ, ചാമുണ്ടിയുടെ കോലധാരിയായ എന്നോട് അനുഗ്രഹങ്ങൾക്കിടയിൽ അടക്കം പറഞ്ഞത്. എന്നും, രോഹ്ണി പിന്നീട് പറഞ്ഞു.

"സങ്കടം ഈടയല്ലാതെ ഞാനാരോടാ പറയാ... ഒരു കുഞ്ഞിക്കാല്യ കാണാൻ ന്റെ കുട്ടിക്ക്... ബഗോതിയമ്മ കാക്കണം..."

കുറിത്തട്ടിൽ നുള്ളിയ ഭസ്മം മുറുകെ പിടിച്ചു.

ഏറിയോരു ഗുണം വരും. അമ്മ കാക്കും... അമ്മക്കെന്താ കൊണ്ട് വന്നെ?

"ബഗോതി പറഞ്ഞാ മതി"

"ഒരു പൊന്തൊട്ടിലും... കുട്ടീം. ന്താ?"

"ആഡ്ന്ന് പറേന്ന പോലെ ആയിക്കോട്ടെ"

പൊൻ തൊട്ടിലും, മരത്തൊട്ടിലും, പിറ്റെ കൊല്ലം ഇരട്ട പെറ്റു.

അണിയറയിൽ നിന്നും പുറത്ത് കടന്ന്, വടക്ക് തിരിഞ്ഞ് തിരുമുടി അണിഞ്ഞ്, മൂല മന്ത്രങ്ങൾ ഉരുവിട്ട്, നാഗതട്ടും, മാറും മുലയുമണിഞ്ഞ് തിരുമുറ്റത്ത് ഉറഞ്ഞാടി തുടങ്ങിയാൽ അവിടെ അമ്മ മാത്രം. പിന്നെയുള്ളത് എല്ലാം മക്കളും.

ചിറ വരമ്പത്തൂടെ വലത്തോട്ട് തിരിഞ്ഞ ദൈവക്കോലങ്ങൾ, നടക്കല്ല് കയറി മുറ്റത്തേക്ക് വരുന്നു!

"രോണി...യേ" അയാൾ നീട്ടി വിളിച്ചു. "എവിടെ പീഠങ്ങൾ?"

ഭയഭക്തിയോടെ, അയാൾ തൊഴുതു നിന്നു. അനന്തരം മറിഞ്ഞു വീണു. ഒരുക്കി വെച്ച പന്തം ചുവന്നു.

അതിനു തീ പിടിച്ചിരുന്നു...

പുൽവാമ

സ്വർഗ്ഗത്തിലേക്കുള്ള വഴിയുടെ അന്ത്യ കവാടത്തിൽ ഊഴം കാത്തു നിൽക്കേ, അയാൾ ഒരിക്കൽ കൂടി പറയാനുള്ള കാര്യങ്ങൾ ഓർത്തെടുത്തു.

ലെഥിപോറ ഷെറീഫ് മസ്ജിദിലെ അവസാന നിസ്കാരം...

മ്ലാനത മൂടിയ ജയ്ഷെ ക്യാമ്പിലെ അന്തരീക്ഷം...

പ്രതികാരത്തിനലയുന്ന വിശപ്പിന്റെ കഥ...

പുത്തനുണർവായി മാറിയ അസർ ഭായിയുടെ വീഡിയോ...

സിരകളിൽ കുത്തിയിറക്കിയ സ്വർഗ്ഗീയ ശ്രേഷ്ഠത...

പരലോക ജീവിതം കൊതിച്ച...

ഛേ! വിവരണങ്ങൾ ക്രമം വിട്ടു പോകുന്നു. അങ്ങനെയല്ല പറയേണ്ടത്. അതൊക്കെ ഇവിടെ എല്ലാവർക്കുമറിയുന്നവ.

നാൽപതിലേറെ സൈനികർ...

നൂറുകണക്കിന് കഷ്ണങ്ങളായാണ് ചിതറിയത്...

അവർക്കൊന്നുറക്കെ കരയാൻ പോലും ഇടം കൊടുത്തില്ല...

ഉറ്റവർക്ക് അവസാനമായി കാണാൻ ഒന്നും ബാക്കി വെച്ചില്ല...

കൂട്ടാളികൾ വാരിക്കൂട്ടിയത് എന്തൊക്കെയോ ആയിരുന്നു...

നിമിഷങ്ങൾക്കൊണ്ട് അറുത്തുമാറ്റിയ ദേഹക്കഷ്ണങ്ങളും, കാറിന്റെ അവശിഷ്ടങ്ങൾക്കും ഒരേ നിറമായിരുന്നു...

നാല്പതോളം കുടുംബത്തിന്റെ അസ്ഥിവാരമിളകിയെന്നാണ് അസർഭായ് പറഞ്ഞത്.

അതിന്റെ നെടുന്തൂണുകൾ ഒടിഞ്ഞത്രെ... ഹിന്ദുസ്ഥാനിൽ ഉടനീളം അതിന്റെ അലയുണ്ടായത്രെ !...

ബദ് ലാ...

ഉസ്മാൻ ഭായുടെ ബദ് ലാ...

അതുപോലുള്ള അനേകം സ്വർഗ്ഗം കൊതിച്ചവരുടെ ബദ് ലാ...

മ്ലാനമായ ക്യാമ്പിൽ പൊടുന്നനെ പകർന്നു കിട്ടിയ ഉന്മേഷം...

കണ്ണാടി കാണാത്ത, സ്വന്തം മുഖത്തിന്റെ രൂപം മറന്ന കുറേ പേർ...

സ്വർഗ്ഗത്തിലേക്കുള്ള വഴി തേടിയിറങ്ങിയ ഒരു പറ്റം ജിഹാദികൾ...

അവർക്ക് ചെമ്മരിയാട്ടുകളുടെ മണമാണെന്ന് ആരും പറഞ്ഞു കൊടുത്തില്ല.

താടിരോമങ്ങൾ, പിണഞ്ഞുകൂടിയാണെന്നും, തലമുടികൾ ജടകെട്ടിയെന്നും അവരറിഞ്ഞില്ല.

വെളുത്ത് ചുവന്ന ശരീരത്തെ പൊതിഞ്ഞ തുണികളിൽ അഴക്കുണ്ടെന്നാരും പറഞ്ഞില്ല. എല്ലാവർക്കും ഒരേ ഗന്ധമായതിനാൽ, ആരും ഒന്നും തിരിച്ചറിഞ്ഞില്ല.

തേയ്മാനമില്ലാത്ത ലോകം ! അതായിരുന്നു അവരുടെ കണ്ണുകളിൽ, സ്വപ്നങ്ങളിൽ... സിരകളിൽ

വീണ്ടും വിഷയത്തിൽ നിന്നും വ്യതിചലിക്കുന്നു.

ഇനിയും ദൂരം പോകേണ്ടതുണ്ടോ, സ്വർഗ്ഗത്തിലേക്ക്?...

എവിടെ ഹൂറിമാർ? പരിമളം പരത്തുന്ന ചെല്ലക്കാറ്റ് വീശുന്നുണ്ടോ? പരിചിതർ ആരെങ്കിലും കാണുമോ?

അവരാകെ മാറിപ്പോകുമെന്നാണ് കേട്ടത്.

തേയ്മാനമില്ലാത്ത...

ചിന്തകളില്ലാത്ത ലോകം !

എഴുപതിലേറെ ഹൂറിമാരും മൂന്നൂറിലേറെ ബാലന്മാരും!

അർദ്ധാവരണമണിഞ്ഞ മധുചഷകം പേറുന്ന സുന്ദരിമാർ.

വശ്യസൗന്ദര്യമേറിയ നർത്തകിമാർ... നുരഞ്ഞു പൊങ്ങുന്ന മദ്യം നിറച്ച കൂറ്റൻ പളുങ്കു ഭരണികൾ.

കനലിൽ വേവുന്ന കാളക്കുറ്റന്മാരുടെ വീതിയേറിയ പിൻകാലുകൾ...

ഹോ! കാണാൻ പോകുന്ന മേള.

ഝലം നദിപോലെ, വിശാലമായിരിക്കുമോ, സ്വർഗ്ഗത്തിലെ മദ്യപ്പുഴകൾ? അവിടേയും ഹിമപാതമുണ്ടാകുമോ? ഝലത്തിൽ ഇന്നും ഹിമപാതമുണ്ടായിരുന്നു.

താഴ്‌വാരത്തിൽ, അകലെ ഝലം നിന്നൊഴുകുന്നത് കാണാം.

സ്ഫോടനം അത്യുഗ്രമായിരുന്നത്രേ.

റോഡരികിൽ, അസ്ഥികൂടം പോലെ നിന്ന പൈൻമരക്കൊമ്പുകളിൽ നിന്നും മഞ്ഞിളകിത്തെറിച്ച ദൃശ്യം ഗംഭീരമായിരുന്നത്രേ!

കത്തിമുനപോലെ അറ്റം കൂർത്ത വീടുകളിലെ മേൽപ്പുരകളിൽ നിന്നും മഞ്ഞുപാളികൾ അടർന്നു വീണു. പച്ച പുതച്ച ദേവതാരുക്കൾ മാറു പിളർന്ന പോലെ കരഞ്ഞു കണ്ണീർ വീഴ്ത്തിക്കൊണ്ടിരുന്നു.

സ്ഫോടനദൃശ്യം വർണ്ണനാതീതമായിരുന്നു. എന്തായിരുന്നു ആ ഗന്ധം?

വെന്തു കരിഞ്ഞ മനുഷ്യ മാംസത്തിന്റെ, ഉരുകുന്ന ലോഹത്തിന്റെ സീറ്റിൽ പതിച്ച പഞ്ഞിക്കെട്ടിന്റെ, ആളിപ്പടരുന്ന പെട്രോളിന്റെ, കരിഞ്ഞ തുണികളുടെ തീ പിടിച്ച മരങ്ങളുടെ, തീയണയാത്ത ടയറുകളുടെ, വെടിമരുന്നിന്റെ റോഡിൽ പകർന്നു കത്തിയ ടാറിന്റെ...

സ്ഫോടനത്തിന്റെ ശബ്ദം അയാൾ കേട്ടില്ല. ദൃശ്യത്തിന്റെ ഭീകരത അയാൾ കണ്ടില്ല.

അവിടെ പടർന്ന തീക്ഷ്ണമായ മനം മറിക്കുന്ന സമ്മിശ്രഗന്ധം അയാളറിഞ്ഞില്ല.

ചിതറിത്തെറിച്ച മാംസക്കഷ്ണങ്ങളിൽ ചോരയുടെ നിറം അയാൾ കണ്ടിരുന്നില്ല.

അയാളിൽ, അസർ ഭായുടെ ഉത്തേജനമായിരുന്നു. ഉസ്മാൻ ഭായുടെ ബദ്‌ലാ നുരഞ്ഞിരുന്നു.

അപ്രാപ്യമായ സ്വർഗ്ഗലോകമായിരുന്നു.

നരഞ്ഞുപൊങ്ങുന്ന മധുചഷകങ്ങളായിരുന്നു. ഹ്ലറിമാരുടെ അളവറ്റ പരിചരണമായിരുന്നു. ഝലം നദിപോലെ തെളിഞ്ഞ മദ്യപ്പുഴയായിരുന്നു. കനലിൽ വേവുന്ന മാംസത്തിന്റെതായിരുന്നു.

എവിടെ അതൊക്കെ?

അയാൾക്കു മുന്നിൽ സ്വർഗ്ഗവാതിൽ മലർക്കെത്തുറന്നു.

പരിമളം പരന്നൊഴുകി, നീലവെളിച്ചത്തിൽ, മാർബിൾ തറകൾ ഝലത്തിന്റെ ഉപരിതലം പോലെയിളകി. മുന്നിൽ കണ്ട കാഴ്ചയിൽ അയാൾ ഞെട്ടിത്തരിച്ചു!

മഞ്ഞുമൂടിയ പുൽവാമയിലെ മരം കോച്ചുന്ന തണുപ്പിലുറയാത്ത രക്തം കട്ട പിടിച്ചു നിന്നു. ലെഥിപോറയിലെ ഉരുക്കുരുകുന്ന ചൂടിലും ഇളകാതെ.

അയാൾക്കു മുമ്പേയെത്തി, തങ്ങളുടെ കൃത്യങ്ങളിലേർപ്പെട്ട നാല്പതിലധികം സൈനികർ അയാൾക്കു നേരെ ഉന്നം പിടിച്ചിരിക്കുന്നു...

മരണത്തിന്റെ ചിത്രങ്ങൾ

മഴ കഴുകി സുന്ദരമാക്കിയ പ്രകൃതി. ഒരു എണ്ണച്ഛായാ ചിത്രം പോലെ തെളിഞ്ഞു നിന്നു. കരിനീല മേഘങ്ങൾ ചിതറിയ ആകാശം, അസ്തമയത്തിന്റെ കുങ്കുമം, ബ്രഹ്മപുത്ര കൈവിട്ട വെള്ളക്കെട്ട് വൈഢൂര്യഹാരം പോലെ അർദ്ധ വൃത്തമായി ഭൂമിയിൽ ചുത്തു കിടന്നു. അല്പം വലത്തോട്ട് കൊടുങ്കാടുകൾ ആണ്. അതിനടുത്താണ് ചുടലക്കളങ്ങൾ. ലോക മഹായുദ്ധത്തിലും, പ്രളയത്തിലും, ദുരന്തങ്ങളിലും മരണപ്പെട്ട ആയിരങ്ങളെ അവിടെയാണത്രെ സംസ്കരിച്ചത്. പൂർവ്വികർ പറഞ്ഞു കേട്ട കഥ.

കണ്ണുനിറയുന്നത് മറ്റുള്ളവർ കാണാതിരിക്കാൻ അയാൾ, മുറിയിൽ നിന്നും പുറത്തു കടന്നു. കുന്നിൻ മുകളിലെ, കോവിഡ് ആശുപത്രിയിലെ ഐസോലേഷൻ വാർഡിന് വെളിയിൽ, അറ്റം മുട്ടിയ ഭൂമിയുടെ ചുവരിൽ തട്ടി അയാൾ നിന്നു. അഗാധമായ ഒരു ഗർത്തത്തിലേക്കുള്ള വീഴ്ചയിൽ തട്ടി നിന്ന പോലെ.

പഴക്കം ചെന്ന, ചില്ലു പൊട്ടിയ മൊബൈൽ ഫോണിൽ അയാൾ ഒന്ന് കൂടി നോക്കി. നനഞ്ഞ കണ്ണട ചില്ലിൽ അക്ഷരങ്ങൾ അവ്യക്തമാണ്. അതിലെ വരികൾ, കണ്ണിലല്ല. നേരെ തലച്ചോറിലേക്കാണ് തുളഞ്ഞു കയറിയത്. വിള്ളൽ വീണ മൊബൈൽ ചില്ലിലെ അവ്യക്തത, ആശ്വാസമല്ല.

ശ്രീദേവി മരണപ്പെട്ടു. അത് അയാളുടെ ഭാര്യയുടെ പേരാണ്. കഴിഞ്ഞ ഏതാനും ദിനങ്ങളായി, ഇത് പോലുള്ള ഏതോ ഒരു

ആശുപത്രിയിൽ, ഐസോലേഷൻ വാർഡിൽ, ഒന്നു കാണാൻ പോലും പറ്റാതെ, തിരിച്ചുവരുന്നതും കാത്ത് അക്ഷമയോടെ ഉള്ള കാത്തിരിപ്പിന് ഇന്ന് വിരാമമായി.

രണ്ടു മക്കളിൽ ഒരാൾക്ക് കൂടിയുണ്ട്. അസുഖം. കാശിരങ്കയിലെ മറ്റൊരു കോവിഡ് കേന്ദ്രത്തിൽ. ആർക്കും പരസ്പരം കാണാൻ പറ്റാതെ...

മരണം വരച്ച ചിത്രങ്ങൾ അയാൾ മനസ്സിൽ കണ്ടു. പൂമുഖത്ത് വെള്ള വിരിപ്പിൽ കിടത്തിയ ദേഹം. മിന്നുന്ന പട്ട് സാരി അണിയി ച്ചിട്ടുണ്ട്. ഇരു കൈകളിലും നിറയെ കുപ്പിവളകൾ. മുഖം ഒന്ന് കൂടി വെളുത്തുവോ? നെറ്റിയിലും സീമന്തത്തിലും കുങ്കുമം. ഉറങ്ങുകയാണ് എന്നേ തോന്നൂ... നെയ്ത്തിരികളും, ചന്ദനതിരികളും എരിയുന്നുണ്ട്. വരാന്തയിലും, മുറ്റത്തും, തൊടിയിലും നിറയെ ആൾക്കാരുണ്ട്. ആരും ഒന്നും മിണ്ടുന്നില്ല. അലമുറയും തേങ്ങലും തളം കെട്ടി നിൽക്കുന്നു.

വരാന്തയിലെ ഒരു മൂലയിൽ അയാൾ ഇരുന്നു. ആരൊക്കെയോ വന്നു പോകുന്നു. സാന്ത്വനിപ്പിക്കുന്നു. എന്തൊക്കെയോ പറയുന്നു. കണ്ണു നനയാതെ, കരയാതെ, കഴിഞ്ഞ കുറെ വർഷങ്ങൾ. മിന്നൽപോലെ വന്ന് പോകുന്നത്, അയാൾ കണ്ടു. മിന്നൽ വെളിച്ചം അയാൾക്ക് മുകളിൽ കത്തി നിന്നു. അത് മിന്നലായിരുന്നില്ല. നേരം സന്ധ്യയായതും, ചാരി നിൽക്കുന്ന ചുമരിലെ വിളക്ക് തെളിഞ്ഞതാ ണെന്നും തിരിച്ചറിയാൻ അൽപ സമയം തന്നെ വേണ്ടി വന്നു.

വാർഡിന് എതിർവശത്തുള്ള മോർച്ചറിക്ക് മുന്നിൽ ആളനക്കം കാണുന്നുണ്ട്. കറുത്ത പ്ലാസ്റ്റിക് ഷീറ്റിൽ കെട്ടി വരിഞ്ഞ മനുഷ്യ കോലങ്ങൾ. വണ്ടിയിലേക്ക് കയറ്റുകയാണ്. കുത്തനെയുള്ള കുന്നിറങ്ങി, കാട്ടുപാതകളിലൂടെ ചുടലക്കളത്തിലേക്ക്. അവിടെ ചുടല പിശാചുക്കൾ നൃത്തം തുടങ്ങിക്കാണും. പാതിവെന്ത മാംസത്തിന് കടിപിടി കൂടുന്ന ചെന്നായ കൂട്ടങ്ങൾ മേയുന്ന ചുടലക്കളങ്ങൾ. കുറ്റി ക്കാടുകൾ മറഞ്ഞു നിൽക്കുന്ന കുറുനരികൾ, നട്ടുച്ചയ്ക്കും പാതിരാവിലും ഉയർന്നു പറക്കുന്ന തീജ്വാലകൾ. കുത്തി നിർത്തിയ പോലെ പുക ച്ചുരുളുകൾ... ചിതറി കിടക്കുന്ന അസ്ഥിപഞ്ജരങ്ങളുടെ ചുടലക്കളം.

അവിടെ ശവമഞ്ചമില്ല... നെയ്ത്തിരിയില്ല. അഷ്ടഗന്ധമില്ല... അന്ത്യോപചാരങ്ങളില്ല. വായ്ക്കരിയില്ല... ഗംഗാജലമില്ല... മന്ത്രോച്ചാ രണങ്ങളുയരുന്നില്ല.

രാത്രി ഇരുട്ടിയെന്ന് അറിയിച്ചുകൊണ്ട്, കുറുക്കൻ കൂട്ടം അസഹ്യമായി ഓരിയിടൽ തുടങ്ങി. ജഡം മണത്ത കഴുകന്മാർ രാത്രിയെ വെല്ലുന്ന കറുത്ത ചിറക് വീശിയെത്തി. ഇലകൾ പൊഴിഞ്ഞ് പാളികൾ അടർന്ന ഒരു വന്മരത്തിൻ കൊമ്പുകളിൽ അവ കറുപ്പ് തേച്ചു. കുന്നിറങ്ങിയ വണ്ടിയുടെ പിൻവെളിച്ചം ദൂരെ, താഴ്‌വരയിൽ, പിശാചിന്റെ കണ്ണ് പോലെ നേർത്തു വന്നു...

അയാളും കുന്നിറങ്ങി, അവൾ തനിച്ചാകരുതല്ലോ...

തേൻതുള്ളികൾ

സരയു വിഷാദ മഗ്നനായിരുന്നു. അവന്റെ കൊച്ചു കണ്ണുകളിൽ നിന്നും പളുങ്കു നിറമുള്ള മുത്തുകൾ അടർന്നു വീണു. ശബ്ദമുണ്ടാക്കാതെ അവൻ മുറ്റത്തേയ്ക്കിറങ്ങി. അമ്മ അടുക്കളയിലാണ്. അച്ഛൻ കുളിമുറിയിലും. അവരറിയും മുമ്പ് പഠനമുറിയിലേക്ക് കയറണം. അമ്മയെങ്ങാനും കണ്ടാൽ അതുമതി. പഴുത്ത നുള്ളു കിട്ടാൻ.

വീണു കിടക്കുന്ന തേൻ പാളികളുടെ ഇടയിൽ, ജീവനറ്റു കിടക്കുന്ന തേനീച്ചകളെ അവൻ കണ്ടു. ചിലവ അതിനു മുകളിൽ അങ്ങോട്ടുമിങ്ങോട്ടും ചുറ്റിനടക്കുന്നു. ചില അറകൾ വെളുത്ത നിറം കൊണ്ട് നിറഞ്ഞിരിക്കുന്നു. അവയിൽ തേനില്ല. മെഴുകും പുഴുക്കളുമാണത്രെ. അച്ഛൻ പറഞ്ഞു.

"ഇതൊക്കെ മോന് സ്കൂളിൽ പഠിക്കാൻ കാണും. അധികമിവിടെ ചുറ്റിപ്പറ്റി നിൽക്കേണ്ട. തേനീച്ച കുത്തിയാൽ , പിന്നെ അത് മതി ക്ലാസ് മുടങ്ങാൻ. നൗ ഗോ ടു. യുവർ റൂം"

മനസ്സില്ലാതെയാണ് അവിടം വിട്ടു പോന്നത്. കണ്ടു കൊതി തീർന്നില്ല. അച്ഛനോട് തീരാത്ത ദേഷ്യം തോന്നി. പാവം തേനീച്ചകൾ! എന്ത് മാത്രം പാട് പെട്ടായിരിക്കും അവ ഇതുണ്ടാക്കിയത് എന്ന ചിന്ത അവനെ ദുഃഖിപ്പിച്ചു. ചെറുതും വലുതുമായ ഉറുമ്പുകൾ ചാലിട്ടു തുടങ്ങിയിരിക്കുന്നു.

ഒരിക്കൽ അസുഖം കാരണം അവന്ന മരുന്നുകൾ കഴിക്കേണ്ട തായി വന്നു. കയ്പുള്ള മരുന്ന് ഏറെ നീണ്ട കരച്ചിലിന് ശേഷം അച്ഛന്റെ പുളിങ്കമ്പിന്റെ ഓർമ്മയിൽ എങ്ങനെയോ അകത്താക്കി. ചെറിയച്ഛനായിരുന്നു ഒടുവിൽ മടി മാറ്റിയെടുത്തത്. ചെറിയച്ഛൻ ജോലി സ്ഥലത്തു നിന്നും കൊണ്ടുവന്ന തേൻ കൈവിരലിൽ തൊട്ട് നാവിൽ തേച്ച തരും. ഹാ... ഓർക്കുമ്പോൾ കൊതിയൂറുന്നു. പിന്നീട് തേൻ തുള്ളിക്കായി രോഗം നടിച്ചു. ഇപ്പോഴുമുണ്ട് അച്ഛന്റെ അലമാരയിൽ ആ കുപ്പി. ഒരു തുള്ളി കൈവെള്ളയിൽ കിട്ടിയിരു ന്നെങ്കിൽ! ഒരിക്കൽ ചെറിയച്ഛൻ അങ്ങനെ ചെയ്തപ്പോൾ അച്ഛൻ ശാസിച്ചു.

“അവന്റെ കൈ മുഴുവൻ അഴുക്കാ”...

ചെറിയച്ഛൻ അത് കാര്യമാക്കിയെന്നു തോന്നുന്നില്ല. പിന്നീടും പല തവണ തേൻ കൈ വെള്ളയിൽ കിട്ടി. ചെറിയച്ഛൻ പറഞ്ഞു. “മോനറിയോ തേനീച്ച എത്രമാത്രം പാടുപെട്ടാ ഇതൊക്കെ ഉണ്ടാ ക്കുന്നതെന്ന്? ഒരു പാട് ദൂരെ... ചെറിയച്ഛൻ ആകാശത്തേക്ക് വിരൽ ചൂണ്ടി. ദൂരെയെന്നു വെച്ചാൽ, ചെറിയച്ഛന്റെ ജോലി സ്ഥലം പോലെ ദൂരെ നിന്നാണ് തേൻ കൊണ്ട് വരുന്നത്.”അവന്റെ സംശയം എല്ലാവരിലും ചിരിയുണർത്തിയെങ്കിലും, അതൊരു ചർച്ചാ വിഷയമായി പിന്നീട്, അവൻ ചോദിച്ചു.” അപ്പൊ ചെറിയച്ചാ, ഇത്ര ചെറിയ തേനീച്ച എങ്ങനെയാ, കുപ്പിയെടുത്തുപറക്കുക?” ചെറിയച്ഛന്റെ ചിരി കാതിൽ മുഴങ്ങിയെന്നു തോന്നി.

കുറച്ചു ദിവസം മുമ്പെങ്ങോ ആണ് മുറ്റത്തുള്ള മാവിൻ കൊമ്പിൽ തേനീച്ചക്കൂട് കണ്ടത്. അച്ഛൻ പറഞ്ഞു. “പിള്ളേരൊന്നും കല്ലെ റിയാതിരുന്നാൽ മതിയായിരുന്നു. ഓരോ അലോസരങ്ങൾ...” പിന്നീടെന്നും കൂട്ട പരിശോധന പതിവാക്കി. ചിലപ്പോൾ ക്ലാസ്സിൽ ആനി മിസ്സിന്റെ വെട്ടി നിർത്തിയ മുടിയിൽ, അവയെ കണ്ടെന്നു തോന്നി.

രാവിലെ ഗേറ്റിൽ പേപ്പർ എടുക്കാൻ ഓടുമ്പോഴായിരുന്നു തേനീച്ചക്കൂട് തകർന്നു വീണതവൻ കണ്ടത്. ആയിരമായിരം തേനീച്ചകൾ അവൾക്ക് മീതെ കരഞ്ഞു പറക്കുന്നു. അവന്റെ ഉള്ളം വിങ്ങി.

അമ്മ പറഞ്ഞു. “ദേ, ഒരല്പം നമുക്കെടുത്തു വെക്കാം. നല്ല തേനാ”.

അമ്മയെ പറഞ്ഞു തീർക്കാൻ അച്ഛൻ സമ്മതിച്ചില്ല.

“വേണ്ട... വേണ്ട. ഇത് മുഴുവൻ അഴുക്കാ... രാത്രിയോ മറ്റോ വീണതാവും, വല്ല പട്ടിയോ മറ്റോ നക്കിയില്ലെന്നാരു കണ്ടു? ഓരോന്ന് പറഞ്ഞ് പിള്ളേരെ കൊതിപ്പിക്കേണ്ട. തേൻ വേണമെങ്കിൽ...” അച്ഛൻ പറഞ്ഞു നിർത്തി. അവനറിയാം. ചെറിയച്ഛൻ പോകുമ്പോൾ പറഞ്ഞിരുന്നു. ഒരു പാട് തേൻ കൊണ്ട് തരാമെന്ന്. ചെറിയച്ഛൻ വന്നില്ല. പകരം ചിലർ ചെറിയച്ഛന്റെ സാധനങ്ങളുമായി വന്നു. അതിൽ തേൻ കുപ്പി ഉണ്ടായിരിക്കാം. ഒരിക്കൽ അതേപ്പറ്റി അച്ഛനോട് ചോദിച്ചപ്പോൾ അച്ഛന്റെ കണ്ണിൽ തേൻകണങ്ങൾ കണ്ടു. പിന്നൊന്നും പറഞ്ഞില്ല.

“സരയൂ, എന്താ ഇവിടെ? സ്കൂളിൽ പോകണ്ടേ?”

അമ്മയുടെ ശബ്ദം, എത്ര നിയന്ത്രിച്ചിട്ടും തേങ്ങൽ നിന്നില്ല.

“എന്താ മോനെ? അമ്മയുടെ ദേഷ്യം തണുത്തെന്നു തോന്നി. തേനീച്ചക്കൂട് വീണത് കൊണ്ടാണോ? സാരമില്ല, നമുക്ക് വേറൊന്ന് കണ്ടെത്താം”.അമ്മ എഴുന്നേൽപ്പിച്ചു. തുടർന്ന്, നെറ്റിയിലും കഴുത്തിലും തൊട്ടു നോക്കി. “എന്ത് പറ്റി... മോനെ? തീ പോലെ പൊള്ളുന്നു. അകത്തേക്ക് നോക്കി അമ്മ വിളിച്ചു. “ദേ ഒന്നിങ്ങു വന്നേ...” അമ്മ അവനെ അകത്തേക്ക് കൊണ്ടുപോയി. അവന്റെ പ്രിയപ്പെട്ട തേനീച്ചകൾ അവനു ചുറ്റും പറന്നു കൊണ്ടിരുന്നു.

മയക്കത്തിൽ, അവൻ ഒരു തേനീച്ചയായി പറന്ന് അവശേഷിച്ച കൂടിനരികിൽ എത്തി. ദുഃഖം ത്രസിച്ചു നിൽക്കുന്ന മുഖങ്ങളായിരുന്നു എല്ലായിടത്തും. അകത്തു ഒരറയിൽ റാണി അതീവ ദുഃഖത്തിലാണ്ടു കിടക്കുന്നു. അവൻ നിറമിഴികളോടെ, റാണിയെ നോക്കി. തന്റെ ചെറിയച്ഛനെപറ്റി ചോദിച്ചാലോ?

ഇവരറിയുമായിരിക്കും. ശോകമൂകമായ അന്തരീക്ഷം മന്ത്രിക്കുകയായിരുന്നു.

“ഓരോ തവണയും ഞങ്ങൾ കഷ്ടപ്പെട്ട് സ്വരൂപിച്ചു വെക്കുന്നു. മനുഷ്യർ പുകയൂതി ഞങ്ങളെ മയക്കി തേൻ മോഷ്ടിക്കുന്നു. ചിലപ്പോൾ പ്രകൃതിയും. ഞങ്ങളുടെ വിഷാദത്തിന്റെ കയ്പ്പ് ആരറിയുന്നു.?”

അമ്മ പറഞ്ഞു. “മോനെ മരുന്ന് കഴിക്ക്. അത് കഴിഞ്ഞാൽ അമ്മ തേൻ തരുമല്ലോ” നാവിൽ പുരണ്ട തേനിന് കയ്പു രസമായിരുന്നു. രുചിക്കാതെ തുപ്പിക്കളഞ്ഞു. മനസ്സിൽ, തേൻപാളികൾക്കിടയിൽ, അമർന്ന തേനീച്ചകളും, ശേഷിച്ച കൂടും മെഴുകു പുരട്ടുകയായിരുന്നു.

ഒളിച്ചോട്ടം

പുലരുന്നതിനു മുമ്പുള്ള ടെലിഫോൺ വിളി പതിവുള്ളതായിരുന്നില്ല. ഡിസംബറിലെ കുളിരുള്ള പ്രഭാതത്തിലെ ഉറക്കത്തിനാണ് ഭംഗം വന്നിരിക്കുന്നത്. ആരായിരിക്കും? ആലസ്യത്തോടെ കൈ നീട്ടി ഫോണെടുത്തു.

"ഹലോ ആരാണ്?"

ഉത്തരത്തിനു പകരം ചോദ്യശരങ്ങൾ തന്നെയായിരുന്നു മറുതലക്കൽ.

'എടോ ജഡ്ജി തന്റെ മുറിയിലെ ക്ലോക്കിൽ ഇപ്പോൾ മണി അടിക്കാറില്ലേ? തന്റെ ദിനചര്യയൊക്കെ തെറ്റിയോ? വാക്കിങ്ങിനൊന്നും പോകാറില്ല?

രാവിലെ തന്നെയുള്ള ഈ സൽക്കാരത്തിൽ ഉറക്കച്ചടവ് വിട്ടുണർന്നു. മാത്രമല്ല നാല് പുളിച്ചത് പറയാനാണ് നാവിൽ വന്നത്. പക്ഷേ ഒന്നും അങ്ങോട്ട് പറയാൻ അവസരം തരാതെയായിരുന്നു പ്രഹരം. വിളിക്കുന്ന ആൾക്ക് നമ്പർ തെറ്റിയതാവുമോ? അങ്ങനെവരാൻ സാധ്യതയില്ല. ജഡ്ജി എന്ന് തന്നെ ആണല്ലോ സംബോധന... മാത്രമല്ല, എന്റെ പതിവുകളെ പറ്റിയും ബോധവാനാണ്. ഒരു പക്ഷേ ഇത്...

"എടോ താനെന്താ ഒന്നും മിണ്ടാത്തത്?"

ഓ... ഊഹിച്ച ആൾ തന്നെ. ഡോക്ടർ വിശ്വൻ. ഹോ! തനിക്കെന്തു പറ്റി? ഇത്രയും അധികാരത്തോടെ തന്നെ വിളിക്കാൻ ആരും ഇല്ലെന്നറിഞ്ഞിട്ടും, ഈ സംശയം. ഏതായാലും ഈ ജാള്യത അവനറിയേണ്ട.

"സോറി റോങ്ങ് നമ്പർ". ഫോൺ വെച്ചു. വെച്ചപ്പോഴായിരുന്നു ജാള്യത ശരിക്കും അനുഭവപ്പെട്ടത്. അമേരിക്കയിൽ നിന്നും അടുത്ത മിത്രം കാലത്തു തന്നെ ഫോണിൽ വിളിച്ചപ്പോൾ, റോങ്ങ് നമ്പർ പറഞ്ഞു ഫോൺ വെച്ചു രക്ഷപ്പെടുകയോ? അയ്യേ. അബദ്ധമായിപ്പോയി. ഇനിയിപ്പോ അങ്ങോട്ട് വിളിച്ചു ക്ഷമാപണമാവാമെന്ന് വെച്ചാൽ.

വീണ്ടും ഫോൺ ബെല്ലടിച്ചു. പെട്ടന്നെടുത്തു ഒന്നുമാലോചിക്കാതെ, ക്ഷമാപണത്തോടെ പറഞ്ഞു.

"സോറി തന്നെ, ഒന്ന് കളിപ്പിക്കാമെന്നു വെച്ചാണ്, എന്തെ ഈ സമയത്ത്?"

"സാറേ മൂന്ന് ദിവസത്തേക്ക് പാല് വേണ്ടെന്ന് മാഡം പറഞ്ഞിരുന്നു."

ങേ. ഇത് വേറൊരു സ്വരമാണല്ലോ. "ഹലോ ആരാ?"

"സാറേ ഇത് മിൽമയിൽ നിന്നാണ്. അത് മാഡം...

"ആ, ശരി താൻ പാൽ കൊണ്ട് വന്നോളൂ..." ഫോൺ വെച്ചു ശെടാ... ഇന്നത്തെ പുലരി തരക്കേടില്ലല്ലോ... എന്ന് സ്വയം പറഞ്ഞു കൊണ്ട് കിടക്കയിൽ നിന്ന് എഴുന്നേറ്റു.

"ആരാ കാലത്തു ഫോണിൽ? ചായയുമായി വന്ന ഭാനു ചോദിച്ചു. "ഓ... അത് പാൽക്കാരൻ", പറ്റിയ അബദ്ധം മറച്ചു പിടിച്ചുകൊണ്ട് പറഞ്ഞു. ഫോൺ വീണ്ടും ശബ്ദിച്ചു. ഇനിയും ഒരബദ്ധം പറ്റരുതല്ലോ. കണ്ഠ ശുദ്ധി വരുത്തി, വളരെ മയത്തിൽ പറഞ്ഞു.

"അറിയാമെടോ, അറിഞ്ഞു കൊണ്ട് തന്നെയാ വിളിക്കുന്നത്. താനെന്തേ ഒന്നും പറയാതെ ഫോൺ വെച്ചത്? തന്റെ സുപ്രഭാതം ഞാൻ മുഷിപ്പിച്ചെന്നു തോന്നുന്നു. സാരമില്ല, ഞാൻ നേരിട്ടൊരു ക്ഷമാപണം നടത്തിയേക്കാം. എന്താ പോരെ?"

"അപ്പോൾ നീ വിളിക്കുന്നത്?"

"അതെടാ, വീട്ടിൽ നിന്ന് തന്നെ. ഇന്നലെ രാത്രി വൈകിയെത്തി. തന്നെ വിളിച്ചു ബുദ്ധിമുട്ടിക്കേണ്ട എന്ന് കരുതി. താൻ നടക്കാൻ വരുന്നില്ലേ? ബാക്കി കാര്യങ്ങൾ നേരിലാവാം. ബൈ...

ജഡ്ജി ശിവരാമൻ ഓർത്തു, തന്നേക്കാളും രണ്ടു വയസ്സെങ്കിലും കൂടുതലുണ്ട് വിശ്വന്. ആ നിലക്ക് അറുപത്തിമൂന്നെങ്കിലും കാണും. ഇപ്പോഴും ഒരു മുപ്പത്കാരന്റെ പ്രസരിപ്പുള്ള സംസാരം. പണ്ടും ഇങ്ങനെതന്നെ ആയിരുന്നു. അവൻ സംസാരിച്ചു തുടങ്ങിയാൽ, പിന്നെ ആർക്കും അവസരം കിട്ടാറില്ല. അതേതു വിഷയമായാലും എന്റെ ഐച്ഛിക വിഷയത്തെ കുറിച്ചു പോലും എനിക്കറിയാത്ത പല കാര്യങ്ങളും അവന്റെ നാവിൽ നിന്നും എത്രയോ തവണ കേട്ടിരുന്നു. ഒരിക്കലും ഒരു രേഖാ ചിത്രം പോലും വരച്ചിട്ടില്ലാത്ത അവൻ ലോക പ്രസിദ്ധരായ ചിത്രകാരന്മാരെ കുറിച്ചു ആർട്ടിസ്റ്റ് ഫെർണാണ്ടസുമായി തർക്കിച്ചതോർത്ത് അത്ഭുതപ്പെട്ടിട്ടുണ്ട് ഞങ്ങൾ. ഒരിക്കൽ അവൻ പറയുകയുണ്ടായി. “ചിലതൊക്കെ നമുക്ക് ആവശ്യമില്ലെങ്കിലും, അറിഞ്ഞിരിക്കുന്നത് നല്ലതാണ്”. പലപ്പോഴും എല്ലാമറിഞ്ഞിട്ടും നാം അജ്ഞരാകുന്നു.

“പുറത്തു പോകുന്നെങ്കിൽ മഫ്ളർ എടുത്തോളൂ. മഞ്ഞുവീണിട്ടുണ്ട്.” ഇറങ്ങുമ്പോൾ ഭാനു പറഞ്ഞു. ശരിയാണ്. കുറച്ചു ദിവസമായി നടക്കാനിറങ്ങാത്തതിനാൽ, അത് ശ്രദ്ധയിൽ പെട്ടില്ല. വാതിൽ തുറന്ന് ഇറങ്ങുമ്പോൾ പറഞ്ഞു... “കേട്ടോ, ഡോക്ടറും കുടുംബവും വന്നിട്ടുണ്ട്. വരുമ്പോൾ ഇങ്ങോട്ട് കൂട്ടാം”. അവളെന്തോ പറയുന്നുണ്ടായിരുന്നു. ഇറങ്ങി നടന്നു. ഓവർകോട്ടിനു പഴമയുടെ മണം. കുറെയായല്ലോ ഇത് വെളിച്ചം കണ്ടിട്ട്. വിശ്വന്റെ സമ്മാനമാണ്. നാല് വർഷം മുമ്പ് വന്നപ്പോൾ, അന്നവൻ പറഞ്ഞു. “എടോ ജസ്റ്റീസ്, നിയമ പുസ്തകങ്ങളുടെ തടവറയിൽ തനിക്ക് ചൂടും തണുപ്പും ഒന്നുമുണ്ടാകില്ല. അതൊക്കെ ചിതലരിക്കുന്ന ഒരു സമയം വരുമെടോ. അതിനു മുന്നിൽ നമുക്ക് ആയുധം വെക്കാതെ പറ്റില്ല”

ഒരു പ്രവാചകനെപോലെയായിരുന്നു അവൻ. സങ്കൽപത്തിൽ പോലുമില്ലാത്ത കാര്യങ്ങൾ യാഥാർത്ഥ്യമായി മുന്നിൽ നിൽക്കുമ്പോൾ, പിന്നെ മറ്റെല്ലാം ശൂന്യം. വിധിയുടെ ക്രൂര ഹസ്തങ്ങളിൽ നിന്നും രക്ഷപ്പെടാൻ ഒരു പഴുതും കാണാതെ നിയമ പുസ്തകത്തിനുള്ളിലേക്ക് ഒരു പുഴുവായ് അരിച്ചു കയറുന്നു. പക്ഷേ, തന്റെ കാര്യത്തിൽ എല്ലാ അക്ഷരങ്ങളും വളരെ മുമ്പ് തന്നെ ചിതലരിച്ചു കഴിഞ്ഞിരുന്നു.

ചിലപ്പോൾ തോന്നും, നിരത്തി അടുക്കി വെച്ചിരിക്കുന്ന നിരയെ ചുട്ട് ചാമ്പലാക്കണമെന്ന്. എത്ര പേരുടെ സ്വപ്നങ്ങളെ കരിച്ചു കാണുമിവ? എത്ര മർമ്മങ്ങളെ ഭേദിച്ചു കാണും?...

"താൻ വളരെ ഫാസ്റ്റ് ആണല്ലോ?" ഒരയഞ്ഞ ജീൻസും, ടീഷർട്ടും, കഴുത്തിലൊരു ഷാളും, മുമ്പെങ്ങും കണ്ടിട്ടില്ലാത്ത വിധം ഒരു വോക്കിങ്ങ് സ്റ്റിക്കുമായി തൊട്ടു മുന്നിൽ വിശ്വൻ. സ്വതവേയുള്ള ചിരിയുണ്ട്. ഞാൻ ചോദിച്ചു. "ഈ വടി?"

"ഇനിയിതൊക്കെ വേണമെടോ, ഒരു താങ്ങായിട്ട്. എപ്പോഴാണ് കാലിടറുന്നത് എന്നറിയില്ലല്ലോ." അവൻ പൊട്ടിച്ചിരിച്ചു.

"കാലിടറാതിരിക്കാനുള്ള മരുന്നൊന്നുമില്ലേ തന്റെ കയ്യിൽ?"

"ഉണ്ട്, ഞാനത് കഴിച്ചു കൊണ്ടിരിക്കയാണ്. പക്ഷേ തനിക്ക് തരില്ല കേട്ടോ. വാ... നടക്കാം." കയ്യിലിരുന്ന സ്റ്റിക് മൂന്ന് നാലുവട്ടം കറക്കി അവൻ മുന്നോട്ടാഞ്ഞു.

"നിൽക്ക്. ഞാനൊന്ന് മദാമ്മയെ കണ്ടിട്ട് വരാം."

വീട്ടിലേക്ക് തിരിയാനിരുന്ന എന്നെ അവൻ വിലക്കി.

"ശ്രീമതി നിദ്രയിലാണ്. തിരിച്ചു വരുമ്പോഴേക്കും ഉണരുമായിരിക്കും."

വലത്തോട്ട് ഗ്രാമത്തിലേക്കിറങ്ങുന്ന ചെമ്മൺ പാതയിലൂടെ ഞങ്ങൾ നടന്നു. നൂറായിരം സ്മൃതികൾ മയങ്ങിക്കിടക്കുന്ന വഴി. ചെറുപ്പം തൊട്ടുള്ള ഞങ്ങളുടെ പല ചെയ്തികൾക്കും മൂകസാക്ഷിയായി നിൽക്കുന്ന ഊടുവഴികൾ. ഉഴുതിട്ട വയലിലെ ചളിയുടെ മണം അവിടെങ്ങും വ്യാപിച്ചിരുന്നു. ആളനക്കം കേട്ടതാവാം. ഒരു പറ്റം കൊക്കുകൾ ഒന്നിച്ചു പറയുന്നയർന്നു. വയലിലെ തെളിഞ്ഞ വെള്ളത്തിൽ, തലകീഴായി നിൽക്കുന്ന തെങ്ങിൻ തോപ്പുകൾ. കഴിഞ്ഞ തവണ വന്നപ്പോൾ വിശ്വൻ പറഞ്ഞു.

"ഈ ഗ്രാമമെന്നും ഇങ്ങനെയായിരുന്നെങ്കിൽ! ഈ അന്തരീക്ഷമാണെടോ എന്നെ ഇങ്ങോട്ടു നയിക്കുന്ന ശക്തി. അല്ലാതെ ഒഴിവ് ദിനങ്ങൾ ചിലവിടാൻ അമേരിക്കയിൽ സ്ഥലക്കുറവ് കൊണ്ടല്ല. ഇതിലുമെത്രയോ പ്രകൃതി രമണീയമായ സ്ഥലങ്ങൾ ഉണ്ടവിടെ. എങ്കിലും നമ്മുടെ ബാല്യകൗമാരങ്ങൾ കടന്നുപോയ ഈ തോട്ടും, ചിറയും, വയലും തെങ്ങിൻ തോപ്പും... എനിക്കൊരു ലഹരിയാണിവിടം". അവൻ വാചാലനാകും മുമ്പ് ഞാൻ പറഞ്ഞു. "എങ്കിൽ മറ്റൊരാൾ കയ്യടക്കുന്നതിനുമുമ്പ് ഇത് വാങ്ങിക്കോളൂ".

"അത് വേണ്ട. നമ്മുടെ ഭാവനയിൽ ഒരാശ്രമം കുത്തിക്കെട്ടിയാൽ, അതോടെ തീരും ഇതിന്റെ ഭംഗി. കഷ്ടപ്പാടും കുടിൽ ജീവിതവും എനിക്ക് പുതിയതല്ലെങ്കിലും, ഇനിയുള്ള കാലം ഇങ്ങനെവയ്യ.

ഇപ്പോൾ ശ്വാസത്തിന് പോലും എസിയുടെ മണം വേണം. തോൽവി നമ്മുടെ മൂക്കിന് മുന്നിൽ ഉണ്ടെടോ" അവൻ ചിരിച്ചു. "പിന്നെ ഒരു ഗ്രാമം മുഴുവൻ വാങ്ങാൻ പറ്റില്ലല്ലോ".

എന്റെ സംശയങ്ങളുടെ ഫയൽ കെട്ടഴിച്ചു കൊണ്ട് ഞാൻ ചോദിച്ചു. 'നീയെന്താ ഒന്ന് വിളിച്ചു പറയുക പോലും ചെയ്യാതെ പെട്ടെന്നിങ്ങനെ ഒരു യാത്ര? ഇപ്പോൾ വെക്കേഷൻ ഒന്നുമല്ലല്ലോ".

വിശ്വൻ നിന്നു. അവൻ കിതക്കുന്നുണ്ടായിരുന്നു. പ്രായം അവനിൽ പെട്ടെന്ന് അതിക്രമിച്ചു കടന്നത് പോലെ. ഉറക്കെയുള്ള സംസാരവും അതെ തുടർന്നുള്ള ചിരിയും മാത്രമേ അവനിൽ അവശേഷിച്ചിരുന്നുള്ളൂ എന്ന് തോന്നി. ഈ കുളിരുള്ള പ്രഭാതത്തിലും അവൻ വിയർക്കുന്നു! എന്റെ സംശയങ്ങളെ ഒരു പുഞ്ചിരിയിലൂടെ മായ്ക്കാനുള്ള അവന്റെ ശ്രമം വിജയിച്ചുവെന്ന് തോന്നിയില്ല. രണ്ടു വർഷം മുമ്പ് വരെ കുരുടൻ കുന്നിന്റെ മുകളറ്റം വരെ ഒറ്റ കുതിപ്പിൽ കയറാറുള്ള വിശ്വനാണോ ഇതെന്ന് തോന്നിപ്പോയി.

"പറ്റില്ലെടോ എന്റെ എൻജിന്റെ പുള്ളിങ്ങ് പോയെന്നു തോന്നുന്നു. കുരുടൻ കുന്ന് കയറാനുള്ള മോഹം കുറയുന്നുമില്ല. ഇനി വല്ല വാഹനത്തിലോ മറ്റോ പോകേണ്ടി വരും". കിതപ്പ് ശമിച്ചപ്പോൾ അവൻ പറഞ്ഞു.

"താൻ ചോദിച്ചില്ലേ. എന്റെ വരവിന്റെ ഉദ്ദേശം? പ്രധാനമായും രണ്ടുദ്ദേശമുണ്ട്. ഒന്ന്, ഇനി തിരിച്ചു പോകാതിരിക്കാൻ. മറ്റൊന്ന്, ഈ കുരുടൻ കുന്നിനു മുകളിൽ എനിക്ക് ഒളിക്കാൻ ഒരിടം കണ്ടെത്താൻ".

ഞാൻ വിശ്വനെ സംശയ ദൃഷ്ടിയോടെ നോക്കി. അവൻ എന്നെ ശ്രദ്ധിക്കുന്നുണ്ടായിരുന്നില്ല. അടിയൊഴുക്കുള്ള ഒരു ശാന്തത ഞാനവനിൽ കണ്ടു. നടക്കുന്നതിനിടയിൽ ഞാനോർത്തു. ഈ കേട്ട സ്വരം ഡോക്ടർ വിശ്വനാഥന്റെയോ? ഒരു പ്രത്യേക ശൈലിയിൽ, തീരുമാനിച്ചുറച്ച കാര്യം അറിയിക്കുന്നത് പോലെ വ്യക്തമായാണ് അവൻ പറഞ്ഞത്. ഈ സ്വരത്തിനു പിന്നിലെ കയ്പുരസം രുചിക്കാൻ കഴിയാതെ ഞാൻ കുഴഞ്ഞു. അമേരിക്കയിൽ നല്ലൊരു നിലയിൽ കഴിഞ്ഞു പോകുന്ന ഒരു നാലംഗ കുടുംബത്തിന്റെ നായകൻ, എന്ത് കാര്യത്തിലും തന്റെ അഭിപ്രായം ആരായുന്ന ഉറ്റ മിത്രത്തിന്റെ നിലപാട് എന്തെ ഇങ്ങനെ എന്നറിയാനുള്ള കൗതുകം എന്നിൽ തുളുമ്പി. പക്ഷേ വിശ്വന്റെ പ്രത്യേക നോട്ടവും, വികാര ഭരിതനായുള്ള സ്വരവും 'ഇനി തിരിച്ചു പോകാതിരിക്കാൻ' എന്ന ഇടിമുഴക്കം പോലുള്ള തീരുമാനവും എന്നെ ആശ്ചര്യപ്പെടുത്തി.

അൽപ നേരത്തെ മൗനത്തിനു ശേഷം അവൻ പറഞ്ഞു. "താനൊരു കാര്യം ചെയ്യൂ. വൈകീട്ട് വീട്ടിലേക്ക് വാ. നമുക്കൊന്ന് കൂടാമല്ലോ. എനിക്ക് ചില കാര്യങ്ങൾ സംസാരിക്കാനുമുണ്ട്."

ഞാൻ പുരികങ്ങളുയർത്തി അവനെനോക്കി. അവനിൽ പ്രത്യേക ഭാവങ്ങൾ ഒന്നും കണ്ടില്ല. ഞാൻ പറഞ്ഞു. "അതാവാം. പക്ഷേ പ്രാതലുമായി ഭാനു കാത്തിരിക്കുന്നുണ്ടാവും. മദാമ്മയേയും കൂട്ടി വരാമെന്ന് പറഞ്ഞിട്ടുണ്ട്."

"അവൾ യാത്രാ ക്ഷീണത്തിലാ, കാത്തിരുന്നാൽ ഏറെ വൈകും"

തിരിച്ചുപോകാതിരിക്കുവാൻ അവനു കഴിയുമോ? അവന് ഇവിടം വിടാനുള്ള പ്രയാസത്തെ കുറിച്ചു മനസ്സിലാവായ്കയില്ല. കഴിഞ്ഞ തവണ തിരികെ പോകുമ്പോൾ. ഡിപ്പാർച്ചർ വിങ്ങിലെ ഗ്ലാസ് പാനലുകൾക്ക് പിന്നിൽ നിന്നു കണ്ണ് തുടച്ചത് കണ്ടിരുന്നു. എങ്കിലും, ജീവിതത്തിന്റെ പകുതിയിൽ കൂടുതൽ കാലം അമേരിക്കയിൽ കഴിഞ്ഞു. ഭാര്യയും മക്കളുമായി സ്വന്തം ഫ്ളാറ്റിലെ താമസം. മക്കളുടെ ഭാവിയും കൂടി കണ്ടത് കൊണ്ടാണല്ലോ അവിടെ സ്ഥിര താമസമാക്കിയത്. ഇനി ഭാര്യയുമായി വല്ല രസക്കേടും?. ഹേയ്... അങ്ങനെ വരില്ല. കൂടെ വന്നിട്ടുണ്ടല്ലോ. അത്തരം പ്രകൃതമല്ല അവരുടേത്. അന്യരായി തോന്നിയിട്ടില്ലൊരിക്കലും. തനിക്ക് തോന്നിയ പോലെ ജോലിയോട് വല്ല വിരക്തിയും? എങ്കിൽ ഇത്ര ശങ്കിയ്ക്കാനെന്തിരിക്കുന്നു? എല്ലാം ത്യജിച്ചിറങ്ങിപ്പോരാൻ തനിക്കൊന്നും ചിന്തിക്കേണ്ടി വന്നില്ല. ജസ്റ്റീസ് കൈവെള്ളയിൽ നിന്നു തെന്നുന്നു എന്ന് തോന്നി തുടങ്ങിയ നാളുകളും, വിരൽ കുടുക്കിൽ നിന്നും പേനവഴുതുമെന്നു തോന്നിയ നിമിഷങ്ങളും ഉണ്ടായിരുന്നി ല്ലേ? അവസാനമായി ചേമ്പറിൽ നിന്നുമിറങ്ങുമ്പോൾ പോലും കാലുകൾ വിറച്ചിരുന്നില്ല. അവനും അങ്ങനെ ആവാമല്ലോ. സ്വന്തം ശ്വാസഗതി താളം വിടുമ്പോൾ മറ്റുള്ളവരുടേത് അളക്കുന്നതെങ്ങനെ? അങ്ങിനെ വല്ല തീരുമാനവും ആണെങ്കിൽ, അത് തന്നെ നല്ലത്. വൈകീട്ട് വരെയുള്ള കാത്തിരിപ്പ് അസഹ്യമാവുമെന്ന് തോന്നുന്നു. എന്റെ നിയമ പുസ്തകങ്ങളിൽ ഇല്ലാത്ത ഉത്തരങ്ങളുടെ ചോദ്യമാണ് അവനിൽ നിന്നും ഉയരുന്നതെങ്കിൽ...

"ഡോക്ടറും കൂടെ കാണുമെന്നു പറഞ്ഞിട്ട്?" പ്രാതലിന്റെ തിരക്കി ലായിരുന്നു ഭാനു. അടുക്കളയിൽ നിന്നും കൊതിയൂറുന്ന മണം മൂക്കിലിരച്ചു കയറി.

"മദാമ്മ ഉണർന്നിട്ടില്ല. യാത്രക്ഷീണം. വെള്ളം ചൂടായിട്ടുണ്ടോ?" കുളിമുറിയിലേക്ക് കയറുമ്പോഴും വിശ്വനെകുറിച്ചായിരുന്നു ചിന്ത.

****

അസഹ്യമായ നീണ്ട കാത്തിരിപ്പിന് ശേഷം ഞാൻ വിശ്വന്റെ വീട്ടിലെത്തി. കാർ, പോർച്ചിലേക്ക് മാറ്റി നിർത്തി ഉള്ളിൽ കയറുമ്പോഴേക്കും വേലക്കാരൻ പറഞ്ഞു". സാർ മോളിലെത്തെ മുറിയിലാ. ഇവിടെ ഇരിക്കാൻ പറഞ്ഞു. ഈ കത്ത് തന്നിട്ടുണ്ട്. ഞാൻ കവറും കയ്യിലേന്തി സ്വീകരണ മുറിയിലെ സോഫയിലേക്ക് ചാഞ്ഞു. ടീ പോയ്മേൽ മദ്യക്കുപ്പിയും ഗ്ലാസ്സുകളും നിരത്തിയിട്ടുണ്ട്. ഞങ്ങളൊത്തു കൂടുന്ന മുൻ സന്ദർഭങ്ങളിൽ ഐസും സോഡയും, ബിയറും സ്നാക്സുമൊക്കെ ചേർന്ന് ഒരു ബാറിന്റെ അന്തരീക്ഷം പരത്തുമായിരുന്നു. ഒപ്പം വിശ്വന്റെ പ്രിയപ്പെട്ട ലേബലുകളും. അപ്പോൾ മാത്രമായിരുന്നു. തന്റെ ചിട്ട വട്ടങ്ങളിൽ ചെറിയ മാറ്റം വരുന്നതും. ഇന്നാണെങ്കിൽ മദാമ്മയേയും കാണാനില്ല. മിക്കവാറും രാത്രികളിൽ, കുപ്പിയും മനസ്സും കാലിയാവും നിറയുന്നത് പൊട്ടിച്ചിരിയുടെ മുഴക്കങ്ങൾ കൊണ്ട് മുറിയും, കണ്ണുകളും.

അവനെന്ത് എടുക്കുകയാണ്. മുകളിൽ? വല്ല സർപ്രൈസും? എന്താണാവോ ഈ കത്തിൽ? വടിവൊത്ത കൈപ്പടയിൽ വിലാസം മുഴുവൻ എഴുതിയിട്ടുണ്ട്. വല്ല കേസുമായിരിക്കുമോ? കുറെ കാര്യങ്ങൾ പറയാനുണ്ടെന്ന് പറഞ്ഞിരുന്നല്ലോ. ഇനി അതാവുമോ? ടേബിൾ ലാമ്പിനടുത്ത് ചെന്ന് ശ്രദ്ധയോടെ വായിച്ചു.

പ്രിയമുള്ള ശിവരാമന്,

ഇതൊന്നുമായിരുന്നില്ല നിനച്ചത്. അല്ലെങ്കിലും, മനക്കണക്കും കാൽവെപ്പും ഇപ്പോഴൊന്നുമല്ല പിഴച്ചതും. നേരിൽ കണ്ടപ്പോൾ ഉദ്ദേശിച്ച കാര്യങ്ങൾ പറയാനുള്ള ശക്തിയുണ്ടായില്ല. മാത്രമല്ല, ഇനിയൊരിക്കൽ പറയാൻ പറ്റുമോ എന്നും തോന്നി. എനിക്കെന്നല്ല ആർക്കും ആരോടും പറയാൻ പറ്റാത്തതും ആരിൽ നിന്നും ആശ്വാസ വാക്കുകൾ കിട്ടാൻ ഇടയില്ലാത്തതുമായ വിഷയമാണ് ഇന്നെന്റെ ദുഃഖം. മരുന്നിലേറെ ആശ്വാസ വചനങ്ങളേകിയായിരുന്നു ഞാൻ രോഗികളെ ശുശ്രൂഷിച്ചത്. കൊടുക്കുന്തോറും ഏറി വരുന്ന വിദ്യയായിരുന്നില്ല അവയെന്ന് ഇപ്പോൾ അറിയുന്നു. കാരണം സ്വയമാശ്വസിക്കാൻ എനിക്ക് കഴിയുന്നില്ല. ഇപ്പോൾ മറ്റുള്ളവരെ ആശ്വസിപ്പിക്കാനും.

എന്റെ ഭാര്യയെക്കുറിച്ച് നീ ചോദിച്ചില്ലേ? അവൾ ഇവിടെയുണ്ട്. മയങ്ങുകയാണ്. സ്വയം മയങ്ങിയതല്ല. ഞാൻ മയക്കി കിടത്തിയതാണ്. ഉച്ചക്ക് ഉണർന്നിരുന്നു. വിശപ്പ് കൂടിയതിനാൽ എന്തോ കഴിച്ചു. വീണ്ടും കിടന്നു.

അതിന് മുന്നേ തന്നെ ഞാൻ മരുന്ന് കൊടുത്തു. ഉറക്ക മരുന്നിന്റെ ദൂഷ്യം ഒരു പക്ഷേ എന്നെക്കാൾ കൂടുതലായി നിനക്കോ. അവൾക്കോ അറിയില്ലല്ലോ.

തനിക്കോർമ്മയില്ലേ, കഴിഞ്ഞ തവണ ഗ്രാമത്തിലേക്ക് വരാനുള്ള എന്റെ മോഹങ്ങളെ കുറിച്ചു ഞാൻ പറഞ്ഞത്. സത്യത്തിൽ അതെന്റെമാത്രം ആവശ്യമായിരുന്നില്ല. ഏതു പ്രതികൂല പരിസ്ഥിതിയോടും ഇണങ്ങി ജീവിക്കാൻ അനുഭവം എന്നെ പഠിപ്പിച്ചിട്ടുണ്ട്. എനിക്കാശങ്കയായിരുന്നു എന്റെ മക്കളുടെ ഭാവിയെ പറ്റി. എന്തിനെന്നു നിനക്ക് തോന്നുന്നുണ്ടാവും അല്ലെ? അവരുടെ അവിടത്തെ ജീവിതത്തെ പറ്റി ഞാൻ ഭയന്നിരുന്നു. അവർക്കിടയിൽ മയക്കുമരുന്ന് കടന്നു കൂടിയ കാര്യം ഞാനറിയുമ്പോഴേക്കും അവ അവരുടെ സ്വഭാവത്തിൽ നിന്നും ഒരിക്കലും ഇറങ്ങാത്ത വിധം അലിഞ്ഞു ചേർന്നിരുന്നു. വേണുവിനെകുറിച്ച് എനിക്ക് ഭയമുണ്ടായിരുന്നില്ല. അവനെ സ്വീകരിക്കാൻ ഒരു പെണ്ണിവിടെ ഉണ്ടായെന്നു വരാം. എന്നാൽ രേണുവോ? ഉപദേശങ്ങളും, താക്കീതുകളും കേൾക്കുന്ന രീതിയിൽ ആയിരുന്നില്ല അവൾ. പലപ്പോഴും ഉടുവസ്ത്രങ്ങളിൽ ചിലതില്ലാതെയാണ് തിരിച്ചു വരുന്നത്. ഒടുവിൽ... ഞാൻ അതെങ്ങനെ എഴുതും? എന്റെ മക്കളെ ഞാൻ എങ്ങനെ സംബോധന ചെയ്യണം? പ്രണയ ജോഡികളെന്നോ? മയക്കുമരുന്നിന്റെ പുക മറയിൽ അവൻ... ഇല്ല. എനിക്ക് വയ്യ. ഞാൻ ലജ്ജിക്കുന്നു. രക്ഷപ്പെടാൻ എന്റെ ഭാര്യയെങ്കിലും ബാക്കിയാവണമെന്നു ഞാനാശിച്ചു. എന്റെ പലായനത്തിന്റെ ഉദ്ദേശങ്ങളിൽ ഒന്നിതും പെടും.

ഒരിക്കലും ഒന്നും ആഗ്രഹിക്കാൻ അർഹിക്കാത്ത ഞാൻ ഇപ്പോഴും ആഗ്രഹിക്കുന്ന ഒരു കാര്യം കൂടിയുണ്ട്. കുരുടൻ കുന്നിനു മുകളിൽ എനിക്കൊരു താവളം പണിയുന്ന കാര്യം ഞാൻ പറഞ്ഞല്ലോ. എനിക്കത് പറ്റില്ല. താൻ എന്നെ സഹായിക്കണം. ഞാനവിടെ കഴിയാം. ആരാലും ഓർക്കപ്പെടാതെ...

എന്റെ പ്രിയപ്പെട്ട ഭാര്യയെ ഞാൻ മയക്കി കിടത്തിയെന്നു പറഞ്ഞില്ലേ? അവൾക്കിത് എന്നേക്കുമുള്ള മയക്കമാണ്.

തനിക്കറിയാമല്ലോ. എന്റെ സുഖദുഃഖങ്ങളിലെ നിഴലാണവൾ. ഇയ്യിടെ അവൾ പറഞ്ഞത് കേൾക്കണോ? വേണുവിന്റെ കണ്ണുകളെ ഞാൻ ഭയക്കുന്നു. നമുക്ക് എവിടെയെങ്കിലും പോകാമെന്ന്. ഒരു മകന്റെ കാമചേഷ്ടയെ ഭയന്നുള്ള ഒരമ്മയുടെ ഒളിച്ചോട്ടത്തെ പറ്റി കേട്ടിട്ടുണ്ടോ താൻ? അങ്ങനെ വല്ല കേസും? ഒക്കെ ഞാൻ കേട്ടിരുന്നു. പതറാതെ. പതറുന്നതെങ്ങനെ? ചലിക്കുന്ന ഒരു ശവമായിരുന്നു ഞാൻ. അവൾക്ക് മരുന്ന് കൊടുക്കുമ്പോൾ എന്റെ കൈ വിറച്ചതവൾ കണ്ടു. അവൾ എന്നോട് പറഞ്ഞു, ഈ കൈകളിൽ കിടന്നു മരിക്കാൻ ഞാൻ ആഗ്രഹിച്ചിരുന്നു. ഈ കൈ കൊണ്ട് മരിക്കുമെന്ന് കരുതിയില്ല.

എന്റെ ശിവാ. എനിക്ക് ഒളിക്കാൻ കുരുടൻ കുന്നിനെക്കാളും ഭേദപ്പെട്ട സ്ഥലം വേറെയുണ്ടോ?

ഞാൻ മുറിയിൽ മറ്റൊരു കവർ കൂടി വെക്കുന്നു. പോലീസിനുള്ളത്. എന്റെ കഥ ആരുമറിയേണ്ട. മക്കൾ രക്ഷിതാക്കൾക്ക് പേടിസ്വപ്നമാകരുതല്ലോ. താൻ അവിടേക്ക് വരുമോ? തനിക്ക് പറ്റിയ സ്ഥലമല്ലത്. തിരക്കില്ല. ശ്രീമതിയുടെ പ്രാതൽ ഒരു കടമായി നിൽക്കട്ടെ. ഞങ്ങളുടെ ആത്മാവിന്റെ മോക്ഷത്തിനായി പ്രാർത്ഥിക്കാതിരിക്കുക.

സ്നേഹത്തോടെ വിശ്വൻ.

നിപ

ദേവകി വാരസ്സ്യാർ ഒരിക്കൽ കൂടി, വവ്വാലിനെ ഭയന്നു. അവർ ശ്രമപ്പെട്ട് മുറ്റത്തിറങ്ങി മേലോട്ടു നോക്കി.

കാലപ്പഴക്കം കൊണ്ട് ചാരനിറമായ കഴുക്കോലിനെ പൊതിഞ്ഞ് വവ്വാലുകൾ തൂങ്ങിക്കിടന്നു. തേക്കാത്ത ചുവരിന്റെ മുകളറ്റം അട്ടുക്കള ച്ചുവരു പോലെ കറുത്തു. ക്ഷയിച്ചു ദ്രവിച്ച ആ വീടിനെതാങ്ങി അവ ഒട്ടിനിന്നു.

വാരസ്യാർക്ക് ഭയമായിരുന്നില്ല അവയെ. ചില്ലില്ലാത്ത മണ്ണെണ്ണ വിളക്ക് കത്തുന്ന കാലം തൊട്ട് അവ ഇവിടെയുണ്ട്. അപ്പോളെന്നോ ഒരിക്കൽ, ഡ്രാക്കുള വായിക്കുന്ന കാലം, പേജിലെ വവ്വാലിനൊപ്പം ഒന്ന് ജനലരികിൽ! പനിച്ചു കിടന്നതും ജപിച്ച ചരടു കെട്ടിയതും മറന്ന ഓർമ്മകൾ.

കൂട്ടുകുടുമ്പമായിരുന്നു. പലപ്പോഴായി ഓരോരുത്തർ ഒഴിഞ്ഞുപോയി. എങ്ങും പോകാനില്ലാത്ത തനിക്കൊപ്പം നിന്നത് അവ മാത്രം.

ഗണപതിക്കോവിലിന്റെ പടിഞ്ഞാറെ മൂലയിലുമുണ്ട് കുറെയെണ്ണം. അവയോട് മിണ്ടിയും പറഞ്ഞും കാലം കഴിഞ്ഞു. സന്ധ്യ മയങ്ങുമ്പോൾ, ഉണർന്നെണീറ്റ് വീടിനുവലം വെച്ച് ഒറ്റപ്പറക്കൽ. എപ്പോഴാണ് കൂടണയുന്നതെന്നറിയില്ല.

“അസത്തുക്കൾ, ഒന്നും വെച്ചേക്കില്ല. അടക്കയും, മാങ്ങയും പേരക്കയും ഒന്നു വേണ്ട...” കൊച്ചുമോൻ പറഞ്ഞു.

"നശിപ്പിച്ച കളയണം ഇവറ്റയെ. പുകച്ചോ, തീയിട്ടോ..."

"വേണ്ട മോനേ... പാപംണ്ടാവും."

അവൻ കയ്യിലെ യന്ത്രത്തിൽ നിന്ന് കണ്ണെടുക്കാതെ പടിയിറങ്ങി. "ഇവറ്റ കടിച്ചതൊന്നും തൊടേണ്ട. കൊടിയ വിഷമാണ്. ആൾക്കാർ മരിച്ച തുടങ്ങി."

കൊച്ചുമോൻ ബാക്കി വെച്ച മാമ്പഴപ്പുളിശ്ശേരി അവർ കഴിച്ച തീർത്തു. അനന്തരം ഗണപതിക്കോവിലിനു നേരേ തിരിഞ്ഞു വിളിച്ചു... "ആഖു വാഹനാ... മോനെ കാക്കണേ".

അല്ലാഹുവിന്റെ മകൻ

റസിയ തലയുയർത്തി നോക്കി. തേച്ചുമിനുക്കിയ പോലെയോ മെഴുകി ഉറപ്പിച്ചപോലെയോ, അതിമനോഹരമായിരുന്നു മണൽത്തിട്ടകൾ. അടുത്തെങ്ങാനും നല്ല കാറ്റടിച്ചിരിക്കാം. മേലാകെ സ്വർണ്ണ മണൽ പറ്റിയിട്ടുണ്ട്. അപ്പോൾ താൻ മയങ്ങി പ്പോയിരിക്കാം. അതോ തളർന്നു വീണതോ? പിന്നിട്ട വഴിയിലെ കാൽപ്പാടുകൾ അപ്രത്യക്ഷമായിരിക്കുന്നു. ഉടലിനു താഴെ തണുത്ത മണൽ. കൈകളിൽ മരവിച്ച വേദന. ഈ തണുപ്പും, മണൽക്കുന്നുക ളുടെ സൗന്ദര്യവും, യാത്രയുടെ തുടക്കത്തിൽ അറിഞ്ഞിരുന്നില്ല. ഈ ദൂരവും വിജനമായ വഴിയും, ചൂടും തണുപ്പും, മറ്റു തടസ്സങ്ങളും... ഒന്നും. ഓടുകയായിരുന്നു. അല്ല – ഭ്രാന്തമായ ആവേശത്തോടെ പറക്കുകയാ യിരുന്നു. അഗാധമായ ഒരു ഗർത്തത്തിലേക്കുള്ള വീഴ്ചയിൽ ഇടിച്ചു നിൽക്കുന്ന പോലെ...

ഇവിടെ നിന്ന് നോക്കിയാൽ കാണാം അറബി നെബുക്കയുടെ കൊട്ടാരം. ചമയ വിളക്കുകൾ അണഞ്ഞിട്ടില്ല. രാത്രിയിലെ മേളക്കൊ ഴുപ്പിന്റെ വിളറിയ അവശിഷ്ടം പോലെ. റസിയ, അരക്കെട്ടിലേക്ക് കയ്യോടിച്ചു. നാണയക്കിഴി ഭദ്രമായിരിക്കുന്നു. അതിനുള്ളിലെ നാണയ ങ്ങൾക്ക് എന്ത് നിറമാകും?. എന്തെങ്കിലുമാകട്ടെ. അതൊന്നും തനിക്ക് കാണേണ്ട. എങ്കിലും അതിനിപ്പോൾ ഏറെ വിലയുണ്ട്. കൊട്ടാ രത്തിലേക്കുള്ള അനുമതി. ഇത് കാൽക്കീഴിൽ എറിഞ്ഞുകൊണ്ട് കറുത്ത കറ പിടിച്ച പല്ലുകൾ കാട്ടി അയാൾ പറഞ്ഞിരുന്നു. "ഇത് കാണിച്ചാൽ മതി, കൊട്ടാര വാതിൽ കടക്കാൻ". അയാൾ

ഇടതു കണ്ണിറുക്കി വികൃതമായി ചിരിച്ചു. പിൻകാലിൽ ഉയരുന്ന കുതിരയുടെ മുഖം തനിക്കെതിരെ തിരിയുമ്പോൾ അയാൾ തിരിഞ്ഞു നോക്കി വീണ്ടും പറഞ്ഞു. "നിനക്കൊരായുസ്സു കഴിയാം." അവളതു കയ്യിലെടുത്തു ഞെരിച്ചു. മരവിച്ച വിരലുകളിൽ തീ പിടിച്ച പോലെ തോന്നി. എന്നത് വിചിത്രമായ വിനോദങ്ങളാണ് അറബിയുടേത്! ജീവിത സായാഹ്നത്തിലേക്കടുക്കുന്ന മനുഷ്യർ ഇങ്ങനെയാകുമോ? ഒട്ടകങ്ങളുടെ ഓട്ടപ്പന്തയത്തിൽ പിഞ്ചുകുഞ്ഞുങ്ങളെ ബലിയാടാക്കുക! അവരുടെ നിലവിളിയും ചോരയും കണ്ടാസ്വദിക്കുക. നെഞ്ചുപൊട്ടി അലറുന്ന മാതാപിതാക്കളുടെ ദയനീയത കണ്ട് മനം കുളിർപ്പിക്കുക. ഒടുവിൽ വിരുന്നും, പാരിതോഷികങ്ങളും നൽകി തിരിച്ചയക്കുക. പെരുമ്പറയും, ചെണ്ടയും കുഴലും പോർവിളിയും, കാണികളുടെ ആർപ്പും, കൂടെ ഓടാൻ നിരവധി പേർ. ഒട്ടകപ്പുറത്ത് പേടിച്ചരണ്ട കുരുന്നു ജീവൻ. ചിലർ ലക്ഷ്യത്തിലെത്തുന്നു. ചിലർ വഴിയിൽ... അതിലൊന്ന് തന്റെ മകൻ.

അയ്യോ... അവൾ ആർത്തു വിളിച്ചു. അവളുടെ നിലവിളി എങ്ങും തൊടാതെ അവൾക്കു ചുറ്റും മുഴങ്ങി.

രണ്ടാം തവണയാണ് അവൾ അറബിയുടെ കൊട്ടാരത്തിലേക്ക് വരുന്നത്. ആദ്യത്തേത് ആറേഴുകൊല്ലം മുമ്പായിരുന്നു. അന്നും ഈ കറുത്ത കറ പിടിച്ച പല്ലുള്ള ആൾ തന്നെയായിരുന്നു. ഒപ്പം മറ്റൊരാളും. ദീനക്കിടക്കയിൽ, ഉമ്മയെ പരിചരിക്കയായിരുന്നു. പെട്ടെന്ന് വാതിലിന്റെ കൊളുത്തു ചങ്ങല കിലുങ്ങി. തുറക്കുമ്പോ ഴേക്കും വീശിയടിച്ച കാറ്റ് പോലെ ഇരുവരും ഉള്ളിലേക്ക് കയറി തടയാനോ, ഇടയാനോ കഴിയാതെ പർദ്ദക്കുള്ളിൽ ഒളിക്കുകയായി രുന്നു. കണ്ണ് മിഴിച്ചു കൈകൾ തിരുമ്മി അയാൾ ചുണ്ടനക്കി.

"ചന്ദ്രബിംബം... ഈ മുഖാവരണം, ഒരു കാർമേഘശകലം". തനിക്കുനേരെ നീണ്ട കൈ ശക്തിയായി തട്ടി മാറ്റി ഉമ്മയുടെ അരികു പറ്റി. മേല് വിറക്കുകയും നാവു വരളുകയും ചെയ്തു. അയാൾ അടുത്തേക്ക് വന്നു. അരയിൽ തൂങ്ങുന്ന നീണ്ട വാളിൽ തൊട്ട് തളർന്നു കിടക്കുന്ന ഉമ്മയുടെ മുന്നിൽ കുനിഞ്ഞു പതിയെ പറഞ്ഞു.

"അസ്സലാം... ഞങ്ങൾ അറബി നെബുക്ക രാജാകുമാരന്റെ കൊട്ടാരത്തിൽ നിന്ന്. ഇവളെ ഞങ്ങൾ കൊണ്ടുപോകുന്നു". തടയാ നൊരുങ്ങിയ കൈ തട്ടി മരുന്ന് പാത്രം താഴെ വീണു ചിതറി. ഉമ്മ കട്ടിലിൽ തല തല്ലി. കനമുള്ള ഒരു നാണയക്കിഴി കലമ്പലോടെ കട്ടിലിൽ വീണു.

"ഖുദാ ഹാഫിസ്" അയാളുടെ വീതിയേറിയ കൈത്തലം തന്റെ കയ്യിലമർന്നതും, ചെറുത്തു നിന്നതുമൊക്കെ ഓർമ്മയുണ്ട്. ശരവേഗം പാഞ്ഞുപോകുന്ന കുതിരപ്പുറത്ത് അവശയായി അന്ന് തന്നെ കൊണ്ടുവന്നത് ഈ വഴിയാവുമോ? ചുറ്റിലും ചെറിയ മുൾച്ചെടികളെ ഉള്ളൂ. കൊട്ടാരമതിലിനു ചുറ്റും പല നിറത്തിലുള്ള കൊടിതോരണങ്ങൾ പറക്കുന്നുണ്ട്. ഇതൊക്കെ ഇന്നേക്കുള്ള ഒരുക്കങ്ങളാകും. താനന്നു ഒരു പാട് കരഞ്ഞു. ബൃഹത്തായ കൊട്ടാരമുറിയിൽ 'മുജ്റ' അരങ്ങു തകർക്കുന്നു. 'തുമ്രി'യുടെ താളം നിറഞ്ഞൊഴുകുന്നുണ്ട്. അലങ്കരിച്ച മുറിയിൽ, തൊട്ടാൽ ഒട്ടുന്ന വെളിച്ചം. വിരിച്ചിട്ട പരവതാനിയിലും, മെത്തകളിലും ചിതറിക്കിടക്കുന്ന മുദ്രകളും, നാണയങ്ങളും. ചിലർ തലയിണകളിൽ കൈമുട്ടൂന്നി തലയിളക്കുകയും കൈ ഉയർത്തുകയും കൂടെ പാടുകയും ചെയ്യുന്നു. ആരായിരിക്കും നെബുക്ക രാജകുമാരൻ? ഊക്കു കട്ടിലിൽ ചരിഞ്ഞു കിടന്ന് ഹുക്ക വായിൽ തിരുകി ഒരാൾ പുകയൂതുന്നു. കറുത്ത പല്ലുകാരൻ അടുത്തേക്ക് ചെന്ന് എന്തോ അടക്കം പറഞ്ഞു. അയാൾ വലതുകൈ ഉയർത്തിയപ്പോൾ താളം പൊടുന്നനെ നിലച്ചു. നിശബ്ദതയിൽ കാതടഞ്ഞു. പലരും വിനയത്തോടെ വണങ്ങി അകന്നു.

"ഉമ്മ രോഗശയ്യയിലാണ്. മരണം കാത്തു കിടക്കുന്നു". അവൾ തേങ്ങി. അയാൾ കട്ടിയായി പുകയൂതി. എങ്ങോ ഉയർന്നു കേട്ട ബാങ്കുവിളിയിൽ അയാൾ കാൽമുട്ടിലിരുന്നു കണ്ണടച്ചു. കറുത്ത പല്ലുകാരൻ ഇല്ലായിരുന്നെങ്കിൽ ഈ സമയം രക്ഷപ്പെടാമായിരുന്നു. അവൾ നനഞ്ഞ മുഖത്തോടെ അയാളെ നോക്കി. അയാൾ കണ്ണിറുക്കി കറുത്ത പല്ലുകൾ കാട്ടി ശബ്ദമില്ലാതെ ഭീകരമായി ചിരിച്ചു. അറബി കണ്ണ് തുറന്നപ്പോൾ അവൾ മുട്ടുകുത്തി പറഞ്ഞു.

"വീട്ടിൽ ഉമ്മ തനിച്ചാണ്. മറ്റാരുമില്ല. ദയ കാട്ടണം". അയാൾ വീണ്ടും പുകക്കുഴൽ ചുണ്ടിൽ തിരുകി. മൗനം വെടിഞ്ഞു.

"ഇവിടെ ഞാനും".

"ഞാനില്ലാതെ അവരുറങ്ങില്ല. പോകാൻ അനുവദിക്കണം".

തറയിൽ കാലൂന്നി. ഊക്കു കട്ടിലിന്റെ ആട്ടം നിർത്തി അയാൾ പതുക്കെ പറഞ്ഞു. "ഞാനും".

കറുത്ത പല്ലുകാരൻ അട്ടഹസിച്ചു ചിരിച്ചു. അറബി വീണ്ടും കയ്യുയർത്തി. അയാൾ പിൻവലിഞ്ഞു. അറബിയുടെ വരണ്ട കൈവെള്ളയിൽ ഏതോ മാസ്മര ഗന്ധം. കുഴഞ്ഞു വീണതാണോർമ്മ.

ഏറെ ദിനങ്ങളായി കൊട്ടാരത്തിലായിരുന്നല്ലോ എന്ന് ഞെട്ടലോടെ ഓർത്തു. അറബിയുടെ പെണ്ണിന്റെ മടക്കയാത്ര. കുനിഞ്ഞ ശിരസ്സും പുതുവസ്ത്രങ്ങളും മുഷിഞ്ഞ ശരീരവുമായി. തുറന്നു കിടന്ന തന്റെ വീടും, ഒഴിഞ്ഞ കട്ടിലും മൗനത്തിനാഴം കൂട്ടി. ചിലരൊക്കെ അർത്ഥഗർഭമായി ചിരിച്ചു. ചിലർ അസൂയയോടെ നോക്കി. കറുത്ത പല്ലുകാരൻ പണക്കിഴി എറിയുന്നത് ചിലരെങ്കിലും കണ്ടു കാണും. സാന്ത്വനത്തിന്റെ കൈ തലയിൽ പതിഞ്ഞപ്പോൾ മുന്നിൽ ഊന്നു വടിയിൽ കിതക്കുന്ന ഹമീദ ബീഗം. അവർ കിതച്ചു പറഞ്ഞു. “ഉമ്മ പോയി മോളെ... നെഞ്ചു പൊട്ടിയെന്നും, ചോര തുപ്പിയെന്നും ആരോ പറഞ്ഞു”. അവർക്ക് കിതപ്പേറി. ഒപ്പം ചുമയും. തെല്ലിട കഴിഞ്ഞു വീണ്ടും കേട്ടു. “ന്റെ മോളെ... നീ എങ്ങനാ ഇനീള്ള കാലം? നിനക്കവിടെ കഴിയാമായിരുന്നില്ലേ? നീ രക്ഷപ്പെട്ട ആശ്വാസമായിരുന്നു ഉമ്മാക്ക്. എല്ലാം റബ്ബിന്റെ കല്പന”. പിറുപിറുപ്പും ഊന്നുവടിയുടെ ശബ്ദവും നേർത്തു വന്നു. എപ്പോഴോ ഇരുട്ടി. പിന്നെ വെളുത്തു.

ഏതോ മൃഗം തൊട്ടു തൊട്ടില്ലെന്ന മട്ടിൽ ഓടിപ്പോയി. അവൾ നടുങ്ങി. പകലിനു ജീവൻ വെച്ച് തുടങ്ങി. അഴിഞ്ഞ മുടിയിലും ഉലഞ്ഞ ഉടുപ്പിലും മുഴുവൻ മണലാണ്. തനിക്കിനിയും പോകേണ്ടതുണ്ട്. ഇന്ന് തന്നെ. കുഞ്ഞിനേയും കൊണ്ട് അങ്ങ് ദൂരെ. വഴിമുട്ടിയാൽ റബ്ബിനടുത്തേക്ക്. അവൾ മലർത്തിയ കൈകളുമായി മേലോട്ട് നോക്കി. മേഘകഷ്ണങ്ങൾ മാലാഖമാരെ പോലെ നീന്തിയകലുന്നു. ചരട് പൊട്ടിയ പട്ടംപോലെ അകന്നകന്ന്...

വീട്ടു മുറ്റത്ത് പട്ടം പറത്തി കളിക്കുകയായിരുന്നു തന്റെ മകൻ. അറബിയുടെ സൈന്യം മറ്റൊരു ചുഴലിയായി വന്നത് അപ്പോഴായിരുന്നു. പട്ടത്തിന്റെ നൂൽക്കെട്ട് പോലെ അവർ അവനെ തൂക്കിയെടുത്തു. പാഞ്ഞകലുന്ന കുതിരകൾക്കു പിന്നിൽ. അവൾ പലവുരു വീണു. കറുത്ത പല്ലുകാരൻ അലറി. “നിനക്ക് സ്വാഗതം കൊട്ടാരത്തിലേക്ക്. ഇതിവന്റെ വില. “കാൽക്കീഴിൽ വീണ നാണയക്കിഴിയെ നോക്കി അയാൾ ചിരിച്ചു”. നിനക്കൊരായുസ്സു കഴിയാം”. കുതിര കുളമ്പടികൾക്കു പിന്നിൽ, മണലിൽ, കാലു കുഴഞ്ഞു. എപ്പോഴോ വീണു മയങ്ങി.

കൊട്ടാര വളപ്പിൽ നിന്നും പെരുമ്പറ മുഴങ്ങി. വാതിൽ തുറന്നു കിടന്നിരുന്നു. അകം മുഴുവൻ ചമയങ്ങളാണ്. അവളുടെ കണ്ണുകൾ നാലുപാടും പാഞ്ഞു. അണിയിച്ചൊരുക്കിയ ഒട്ടകങ്ങൾ നീണ്ട നാവ് പുറത്തേക്ക് നീട്ടി നുരയൊഴുക്കി അമറുന്നു. കെട്ടിയുയർത്തിയ

വേദിക്ക നടുവിൽ, അറബിയുടെ ഇരിപ്പിടം സ്വർണ്ണം പോലെ തിളങ്ങി. കാഴ്ച്ചക്കാർ ഉത്സാഹഭരിതരാണ്. ഒരു ഭാഗത്തു നിന്നും തേങ്ങലും നിലവിളികളും കേൾക്കാം. അവൾ അങ്ങോട്ടേക്ക് നീങ്ങി. അഞ്ചാറുപേർ ചുറ്റും നിന്ന് പെരുമ്പറയിൽ ആഞ്ഞടിച്ചു കൊണ്ടിരുന്നു. റസിയ കൈകളിൽ മുഖം പൂഴ്ത്തി. ആൾക്കൂട്ടം അവൾക്ക് വേണ്ടിയെന്നോണം കരഞ്ഞു. പെരുമ്പറ പൊടുന്നനെ നിലച്ചു. അവളുടെ കണ്ണിൽ അറിബിയുടെ വരവിന്റെ പ്രതിബിംബം. ഒട്ടേറെ പേര് അകമ്പടിയുണ്ട്. നിലക്കാത്ത കണ്ണീരിനു മുമ്പിൽ ഒട്ട കപ്പുറത്തിരിക്കുന്ന കുഞ്ഞുങ്ങൾ തെളിയാത്ത ചിത്രങ്ങളായി. മേളം മുറുകി. ചാട്ടയടി ഏറ്റ ഒട്ടകങ്ങൾ വിരണ്ടോടി. പിഞ്ചു രോദനങ്ങളും, സ്വന്തക്കാരുടെ അലമുറയും മേളക്കൊഴുപ്പിൽ അമർന്നു. പാവകളെ പോലെ ചില കുട്ടികൾ തെറിച്ചു വീണു. ഒട്ടകങ്ങളുടെയും, കൂടെ ഓടുന്നവരുടെയും ചവിട്ടേറ്റ് കുഞ്ഞിച്ചോര ചീന്തി. താഴെ മണൽ ചുവന്നു. പറന്നുയർന്ന പൊടിപടലങ്ങൾ ദിക്കുകൾ മറച്ചു. പുകമറ വെള്ളം തളിച്ച് മാറ്റി. കലങ്ങിയ കണ്ണിലും, മനസ്സിലും അവ്യക്തമായ ചിത്രങ്ങൾ മറഞ്ഞു കളിക്കുന്നു.

മേളം പൂർണ്ണമായും നിലച്ചിരിക്കുന്നു. അങ്ങിങ്ങായി ആൾക്കൂട്ടത്തി ന്റെ തേങ്ങലും, കരച്ചിലും ഒട്ടകങ്ങളും അമറലും കേൾക്കാം. റസിയ വേദിക്ക് മുന്നിലാണ്. മക്കളെ മാറോട് ചേർത്ത് പിടിച്ച അമ്മമാരുടെ വരിയിൽ. അവളുടെ മാറിടം ശൂന്യമാണ്. ലാവയൊഴുകിയ ഭൂമി പോലെ. കണ്ണുകളിലെ ഉറവ വറ്റി ഉണങ്ങി. തന്റെ ഊഴം എത്തി യിരിക്കുന്നു. അറബി കുശലം ചോദിച്ചു.

"എവിടെ നിന്റെ മകൻ?"

മരിച്ച മനസ്സുമായി അവൾ നിന്നു. ആരോ പറയുന്നു."

അവൻ അല്ലാഹുവിന്റെ മകൻ - അമരൻ. "നൂറുശബ്ദം അതേറ്റു പറയുന്നു.

ഇത് നിനക്ക്. അറബി സമ്മാനപൊതി നീട്ടി. മകന്റെ വിലയ്ക്ക് മുന്നിൽ, അവളുടെ കൈ അറിയാതെ നീണ്ടു. ഇതവന്റെ ബാപ്പക്കും."

അറബി നീട്ടിയ നാണയപ്പൊതിക്ക് മുന്നിൽ അവൾ അറച്ചു നിന്നു. അനന്തരം മുഖാവരണം യാന്ത്രികമായിയുർത്തി അവൾ മന്ത്രിച്ചു.

"ഇത് അങ്ങേക്കുള്ളതാണ്. വെച്ചോളൂ". അവൾ നീങ്ങി. അറബി നെബുക്കയുടെ കയ്യിൽ നിന്നും നാണയപ്പൊതി വീണു. അത് ചിതറി.

കൈതചാമുണ്ഡി

കാവിന്റെ തെക്കുകിഴക്കുള്ള, മുഖത്തെഴുത്ത് പുരയുടെ കീഴെ കിടക്കുമ്പോൾ കാണാം. മച്ചിൽ കൊത്തിയ ദൈവക്കോലങ്ങളെ. അവരെ കണ്ടു വേണം ചായമിടാൻ. കോലധാരിയാവാൻ... അനുഗ്രഹം വാങ്ങാൻ... ചാണകവും മണ്ണും ചേർത്തു മെഴുകിയ നിലം തണുത്തു കിടന്നു.

"ഗോബ്യേ..." താഴെ കിടന്ന കോലധാരി വിളിച്ചു.

"ദൈവത്താറേ..." ഗോപി വിളികേട്ടു.

"നീ എന്താ എനക്ക് തന്നേ...? തൊണ്ട പൊകേന്ന്."

അടുത്തുവെച്ച വാൽകിണ്ടിയിൽ നിന്ന് ദൈവത്താറെ വായിലേക്ക് സുര പകർന്ന ഗോപി മുഖം കുനിച്ച് മെല്ലെ പറഞ്ഞു. "ദൈവത്താർക്ക് കള്ളുസേവ ശീലല്ലാഞ്ഞിട്ടാ".

കുത്തുവിളക്കിലെ തിരിത്തീ രണ്ടായും മച്ചിലെ ദൈവചാമുണ്ടിമാർ മങ്ങിയും നിന്നു. ആടയാഭരണങ്ങളണിഞ്ഞ ദൈവഗണങ്ങൾ ചുറ്റിലും നിന്നലറി. തലപ്പാളി കെട്ടി വാളുമേന്തി കോലധാരിയും ഒരുങ്ങി.

ആൾക്കൂട്ടം തിങ്ങി നിൽക്കുന്നു. പന്തം വീശി മുന്നെ നടന്നവർ അലറി. "മാറിക്കോ... കൈതച്ചാമുണ്ടി വരുന്നു". പൊടുന്നനെ, ചെണ്ടമേളം വേറേതോ താളത്തിലേക്ക് മാറി.

കാഴ്ച്ചക്കാർ തമ്മിൽ പറഞ്ഞു

"ഉഗ്രമൂർത്തിയാ..."

മച്ചിലെ ദൈവക്കോലങ്ങൾ ഒന്നാകെ കോലധാരിയിലേക്ക് നിറഞ്ഞു. മെടഞ്ഞ ഓലയിൽ വെച്ച സുരഭരണികളും, വാൽകിണ്ടിയും ഒഴിഞ്ഞു. പള്ളിവാളിന്റെയും ചിലമ്പിന്റെയും അകമ്പടിയോടെ ദൈവചാമുണ്ടി അസുര നിഗ്രഹത്തിനിറങ്ങി. അലർച്ചയിൽ ചെണ്ട മേളങ്ങൾ അവരോഹണങ്ങളായി.

വെളുത്തപൊടി

തിരക്കിനിടയിൽ നുഴഞ്ഞു കയറുമ്പോൾ അയാൾക്ക് ജിജ്ഞാസയേറി. ഒരു തീവ്രവാദി പോലീസ് വെടിയേറ്റു വീണിരിക്കുന്നു.

എങ്ങനെ ആയിരിക്കും തീവ്രവാദി?... വെളുത്ത് ചുവന്ന് അജാനബാഹു?... സിനിമകളിലൊക്കെ കാണാറുള്ള തീ പാറുന്ന കണ്ണുകളുമായി, മെഷീൻഗണ്ണുമായി പാഞ്ഞടുക്കുന്ന ഭീകര രൂപം? ലാദനെപോലെ ശാന്തമായ മുഖവും തേജസ്സുമുള്ള കണ്ണുകളുമായി... ഏത് തീവ്രവാദിയാവും...? അഫ്ഘാനി...? കശ്മീരി?... പാകിസ്ഥാനി? ഉൽഫ...? അതോ മറ്റേതെങ്കിലും...?

ആരോ പറയുന്നു.

“ശരിക്കും ഭീകരൻ തന്നെ. സഞ്ചിയിലെ പൊടി ആർ ഡി എക്സാ. മുഴച്ചു കാണുന്നത് ഗ്രനൈഡും.”

പഴുത്തു ചുവന്ന ചിനാർ ഇലകൾക്കിടയിൽ മുഖംചരിച്ച് മുഷിഞ്ഞുലഞ്ഞ വസ്ത്രങ്ങളുമായി, ഒരു സാധാരണ മനുഷ്യൻ കിടക്കുന്നു. വെടിയേറ്റു ചിതറിയ മാംസത്തിലും ചോരപ്പാടിലും ഈച്ചകൾ മേയുന്നുണ്ട്. ഒരു ചോദ്യമുള്ളിലുയർന്നു.

‘ഈ സാധാരണ മനുഷ്യനാണോ തീവ്രവാദി?!’

പാടില്ലേ...? തീവ്രവാദി സാധാരണ മനുഷ്യനല്ലേ?

മറുചോദ്യവും വന്നു.

“വെടിയേറ്റിട്ടും ഏറെ ഓടിയത്രെ! ഭയങ്കരം!

ആൾക്കൂട്ടത്തിന്റെ അടക്കം പറച്ചിൽ”.

വീണ് കിടക്കുന്ന അവ്യക്ത മുഖത്തിന്റെ തിരിച്ചറിവിൽ അയാൾ ഞെട്ടി. ഇത്...? ആ ദൈവമേ... ഇതെനിക്ക് പരിചയമുള്ള ആളാണല്ലോ... ആരോടാ ഇതൊന്ന് പറയുക? പോലീസുകാരോട് പറയാം. കൂൾ ഓഫിനു കാത്തിരിക്കയാണവർ. പിന്നെ തൊപ്പിയിലെ പൊൻതൂവലിന്റെ രസത്തിലും

ഉള്ളിലിരുന്നാരോ പറഞ്ഞു. “വേണ്ട. ഇതൊരു പരിചയം പുതുക്കലിന്റെ വേദിയല്ല.”

വല്ലാത്തൊരുൾക്കിടിലത്തിൽ അയാളമർന്നു.

രാവേറെയായിട്ടും ഉറങ്ങൾ കഴിഞ്ഞില്ല.

വെണ്മയിൽ, ശൈത്യത്തിന്റെ ആദ്യ ഹിമപാതമാണ്.

നിശബ്ദമായി... അവ പെയ്തുയർന്നു.

എപ്പോഴോ മയങ്ങി. സ്വപ്നത്തിൽ, ഒരു നിസ്സഹായ വൃദ്ധൻ തന്റെ ഊമയും ബധിരനുമായ മകനെ അന്വേഷിച്ചിറങ്ങി.

‘ആരെങ്കിലും കണ്ടോ?... ഇവിടെയെങ്ങാനും?... ആട്ട വാങ്ങാൻ ഇറങ്ങിയതാണവൻ. തിരിച്ചെത്തിയില്ല.’

മഞ്ഞു പൊഴിച്ചലിന്റെ നിശബ്ദത കീറി കരച്ചിലുയർന്നു.

ഇല്ല... ഉറക്കം ഒരു പാടകലെയാണ്.

വെടിയേറ്റു വീണ തീവ്രവാദി... സഞ്ചിയിലെ വെളുത്ത പൊടി... മുഴച്ചു കാണുന്ന ഗ്രാനൈഡ് ഉരുളക്കിഴങ്ങാകുമോ??

വെളുത്ത മഞ്ഞും, സഞ്ചിയിലെ പൊടിയും ആട്ടയുമൊക്കെ ചേർന്ന് ഒരു വെളുത്ത കടൽ. അതിലെവിടെയോ ഒരു ചോരപ്പൊട്ട്...’

ഖാസാസ്വാന്റെ ചിരി

കുറ്റൻ മലനിരകൾ ഒരു നേർവരയിട്ട് ആകാശത്തെ പകുത്തു. മലയടിവാരത്തിലൂടെ, കുലുങ്ങിയും ചരിഞ്ഞും പിൻഭാഗം തുറന്നു കിടന്ന കാർ അതി വേഗം തന്നെ പാഞ്ഞു. പിന്നിൽ ആറോ ഏഴോ പേരുണ്ടായിരുന്നു. എല്ലാവരും തോക്ക്ധാരികൾ. മുൻസീറ്റിൽ ഡ്രൈവറെ കൂടാതെ, ഒരാളും, പിന്നിൽ അയാൾക്കിരുവശവുമായി രണ്ടുപേരും ഇരുന്നു. അവർക്ക് അജപാലന്മാരുടെ ഗന്ധവും, കാറിനകം ഒട്ടകക്കൂട്ടങ്ങളിൽ പെട്ട പോലുള്ള തീഷ്ണമായ ഗന്ധവും കനത്തു. അവർ പല ഭാഗങ്ങളിൽ ഉള്ളവരാണെന്ന് സംസാരം കേട്ടാലറിയാം. പാഷ്തോയും, ദാരിയും ബലൂചിയും, ടൂർക്മാനിയും, ഉച്ചത്തിൽ സംസാരിക്കുകയും, അശ്ലീലമായി ചിരിക്കുകയും ചെയ്തു.

എന്നും ചിരിക്കുകയും, ചിരിപ്പിക്കുകയും ചെയ്ത അയാൾക്ക് അപ്പോൾ മനസ്സിൽ പോലും ചിരി വന്നില്ല. മാത്രവുമല്ല, ചുളിഞ്ഞു തൂങ്ങി, ഉൾവലിഞ്ഞു തുടങ്ങിയ കവിളിൽ നിന്നും ചോര പൊടിയുന്നുമുണ്ട്. വലതു ഭാഗത്തിരുന്ന ആൾ തോക്കിന്റെ ബട്ട് കൊണ്ട് ഇടിച്ചതാണ്. ദാരിയിലാണ് അയാൾ പറഞ്ഞത്. ചിരിച്ചതാണത്രേ കാരണം. തന്നെ കൊല്ലാൻ കൊണ്ട് പോകയാണെന്ന് പറഞ്ഞപ്പോൾ, അയാൾ ചിരിച്ചു. ചിരി തന്റെ സിനിമയിൽ മതി, എന്നു പറഞ്ഞാണ് തോക്ക് കൊണ്ടിടിച്ചത്. മുമ്പിൽ ഇരുന്ന ആൾ തന്റെ പെഹ്റാനിൽ തൂക്കി (Over Coat) കാറിനുള്ളിലേക്ക് തള്ളുകയായിരുന്നു.

കാർ പൂർവ്വാധികം ചരിഞ്ഞാടി. അത് നിന്നു. പിന്നിലുള്ളവർ എന്തോ പറഞ്ഞ് അട്ടഹസിച്ച് ചിരിച്ചു. അനന്തരം രണ്ട് പേര് ഒരു ദിശയിലേക്ക് തുടരെ വെടിയുതിർത്തു. പുള്ളിമാൻ കൂട്ടങ്ങൾ ശരവേഗത്തിൽ അതു വഴി കടന്നു പോയി. അവർ ഡ്രൈവറെ പഴിക്കുന്നുണ്ടായിരുന്നു. കാർ നിന്നതിനാണ്. പാറക്കല്ലുകളും, മുൾ ചെടികളും ഇടതൂർന്ന ഭാഗത്തേക്ക് അവ മിന്നി മറഞ്ഞു.

പിന്നിലിരുന്നവരിൽ ഒരാൾ ചാടിയിറങ്ങി. പാറക്കെട്ടുകൾക്കിടയിൽ നിന്നും, വെടിയേറ്റ് വീണ ഒരു മാനിനെ തൂക്കി വന്നു. അവരുടെ കണ്ണുകളിൽ ഉന്മാദം നൃത്തം വെച്ചിരുന്നു. കയ്യിൽ പറ്റിയ ചോര മണത്തു നോക്കുകയും, പിന്നെ നാവിൽ തേക്കുകയും ചെയ്തു. വണ്ടിക്കുള്ളിൽ വീണ ആ സാധു മൃഗം, ഒന്ന് പിടഞ്ഞെന്ന് തോന്നി. ഒരാൾ കത്തി വലിച്ചൂരി. അതിന്റെ കഴുത്തിലേക്ക് താഴ്ത്തി കത്തിയുടെ കൈപ്പിടിയോളം ചോര തെറിച്ചുയർന്നു.

കൂട്ടത്തിൽ ആരോ പറഞ്ഞു.

“ചിരിക്കെടാ...”

അയാൾ ശ്രമിച്ചു. അവർ അയാളെ മുഖമടച്ച് അടിക്കുകയും, തോക്കിൻ ബാരൽ കൊണ്ട് കുത്തി നോവിക്കുകയും ചെയ്തു.

പെഹ്റാനുള്ളിലെ ശുഷ്കിച്ച കൈകളിൽ പിടുത്തം കിട്ടാത്തതിനാൽ അവർ അയാളെ വലിച്ചിഴച്ചു. മാൻ കുട്ടിയുടെ കഴുത്തിൽ കയറിയ കത്തി, അയാളുടെ കഴുത്തിലും കയറിയിറങ്ങി. തളർന്നു തൂങ്ങിയ കവിളുകൾ നിലത്തോട് ചേർന്നു. അവിടെ കൂട്ടച്ചിരി മുഴങ്ങി.

മലനിരകൾ ആകാശത്തെ ചെറിയ ഒരു വൃത്തമാക്കി ചുരുക്കി.

ആ വൃത്തത്തിൽ ഒരു ചിരി, എന്നേക്കുമായി നിലച്ചു.

പാഴ്മരങ്ങൾ

വീടിനോട് ചേർന്ന് നിൽക്കുന്ന ആ മരം, ഫലങ്ങൾ തരുന്നതായിരുന്നില്ല. മാത്രമല്ല, പ്രയാസങ്ങൾ ഏറെ ഉണ്ടാക്കുകയും ചെയ്തു. എന്നിട്ടും, എന്തോ, അത് മുറിച്ചു കളയാൻ അയാൾക്ക് തോന്നിയില്ല. രണ്ടാം നിലയുടെ മുകളിൽ, ഇല കൊഴിഞ്ഞ്, വെള്ളം കെട്ടി നിന്നപ്പോൾ, ആ ഭാഗത്ത് ചാഞ്ഞു കിടക്കുന്ന ശിഖരങ്ങൾ മുറിച്ചു മാറ്റുക ആയിരുന്നു പതിവ്. ഇന്നാകട്ടെ, അതിനൊന്നും ആരെയും കിട്ടാതായി. തിരക്കാണ്, അടുത്ത ആഴ്ചയാവട്ടെ നോക്കാം, എന്നിങ്ങനെ ദിവസങ്ങൾ നീങ്ങി. മുകളിൽ വെള്ളം കനത്തു. അവ ഇടം തേടി ചുമരിൽ കിനിഞ്ഞിറങ്ങി.

"ഇടല ചുടലക്കും കൊള്ളില്ല എന്നാണ് ചൊല്ല് മുറിച്ചു കള". ചിലരൊക്കെ പറഞ്ഞു. അതിനും മനസ്സ് വന്നില്ല.

തേച്ചു മിനുക്കിയ ചുവരിലും, മുറ്റത്തും പക്ഷികൾ ചിത്രം വരച്ചു. ചിലപ്പോഴൊക്കെ, അവയിൽ നിന്ന്, ദുർഗന്ധവും പരന്നു.

"പൊന്ന് കായ്ക്കുന്നതായാലും, പുരക്ക് ചാഞ്ഞാൽ എന്നൊരു ചൊല്ലുണ്ട്". മുറ്റത്ത് വീണു ചിതറിയ ചിത്രങ്ങൾ അടിച്ചു വാരുന്നതിനിടയിൽ ഭാര്യ പിറുപിറുത്തു. "എന്നും പതിനാറാന്നാ ഭാവം. വയ്യാണ്ടായാൽ ആരാ ഇതൊക്കെ? മക്കളോ?" ചൂലിന്റെയും, അവളുടെയും ശബ്ദം നേർത്തു വന്നു.

അടുത്തെവിടെയോ വുഡ് കട്ടറിന്റെ ഇരമ്പൽ മുഴങ്ങി. അവരോട് പറഞ്ഞാലോ? എന്തു കിട്ടും?

“ഇതിന് എന്ത് കിട്ടാൻ? ആരുമെടുക്കുന്നില്ല. കണ്ടില്ലേ. പ്ലൈവുഡ് കമ്പനി ഒക്കെ അടഞ്ഞു കിടക്കുന്നു. വീട്ടുകളിൽ രണ്ടോ മൂന്നോ ആൾക്കാർ, ഒരു ഗ്ലാസ് അരി, അത്രയേ വേണ്ടു. അതിനു ഗ്യാസ് ഉണ്ട് താനും. കരീം, പോകേം ആർക്ക് വേണം?” ഒറ്റ ശ്വാസത്തിൽ പഠിച്ച പാഠം പോലെ മരക്കാരൻ പറഞ്ഞു.

“പിന്നെ ഒരു മൂന്നാളെങ്കിലും വേണ്ടി വരും. അവരുടെ കൂലി, പെട്രോൾ, വണ്ടിച്ചിലവ് നാലായിരം കിട്ടണം. എന്നാലേ പറ്റൂ”

അതിന്റെ ചില്ലകൾ ഇളകി.

നല്ല വണ്ണവും, ഉയരവും ഒക്കെ ഉണ്ടായിരുന്നിട്ടും, ‘ഒന്നിനും കൊള്ളാത്ത’ എന്ന വിശേഷണം ആ പാഴ്മരത്തെ, വല്ലാതെ ഉലച്ചിരിക്കും.

“അങ്ങോട്ട് കൊടുത്തെങ്കിലും, ഒഴിവാക്കേണ്ടത് തന്നെ” ഭാര്യ ആംഗ്യം കാട്ടി.

വെറുതെ മുറിച്ചെടുത്തു കൊള്ളൂ എന്ന കരാറിൽ, മൂന്നാല് മണിക്കൂറിൽ ഛിന്ന ഭിന്നമായി നിലം തൊട്ട ശിഖരങ്ങൾ ലോറിയിൽ വീണ്ടും ഒത്തുകൂടി കണ്ണീര് വീഴ്ത്തി.

പൊട്ടിയൊലിച്ച മുട്ടകളും, തൂവൽ വരാത്ത പക്ഷി കുഞ്ഞുങ്ങളും, അവിടവിടെയായി നിശ്ചലമായി. അടുത്തുള്ള മരത്തിൽ ചില തള്ള പക്ഷികൾ തല തല്ലി.

അന്ന് മഴ പെയ്യുകയും ഭൂമി നനയുകയും ചെയ്തു. ആ നനവ് മഴയു ടെതാണെന്ന് തോന്നിയില്ല.

ചുമരിലും, മുറ്റത്തും ഇനി ചിത്രങ്ങൾ ഉണ്ടാവില്ലെന്ന് അയാൾ വെറുതെ ഓർത്തു.

അടുത്ത ദിവസങ്ങളിൽ അയൽവാസിയുടെ മരണവുമായി ബന്ധപ്പെട്ട സംസ്കാര ചടങ്ങിൽ, അയ്യായിരം രൂപയ്ക്ക് തൂക്കി വാങ്ങിയ വിറകു കഷ്ണങ്ങൾ കണ്ട് അയാൾ ഞെട്ടി. അതിൽ പക്ഷികൾ ചിത്രം വരച്ചിരുന്നു. പൊട്ടിയൊഴുകിയ മുട്ടകൾ, ഒലിച്ചറിങ്ങി പുതിയ ചിത്രങ്ങൾ മെനഞ്ഞു.

വിളക്കുമാടം സാക്ഷി

കടലിൽ നിന്നും വീശിയടിച്ച കാറ്റിൽ റാന്തൽ ഉലഞ്ഞു. തിരി അണയാതിരിക്കാൻ അയാൾ ഇരുകൈകളും ചില്ലോട് ചേർത്ത് വെച്ചു. വെന്തമരുന്ന പട്ടടപോലെ വിരലുകളും, കൈത്തലങ്ങളും ചുവന്നു. വൃശ്ചിക കാറ്റാണ്. അയാൾ പിറുപിറുത്തു. നേരം ഏറെ ആയിക്കാണും. ഉരുകി ഉറച്ച ടാറുപോലെ മണലും കടലും കറുത്തിരിക്കുന്നു. ഇന്ന് നിലാവെങ്ങുപോയി? ഒന്ന് മുങ്ങിയെ തീരൂ. ഒന്നല്ല, പല തവണ. ദേഹമാകെ വിയർപ്പുണങ്ങി ഒട്ടിയിരിക്കുന്നു. കണ്ണ് നീറുന്നുണ്ട്. അതിലേറെ നീറൽ വയറ്റിലാണ്. കുറേശ്ശേയായി മൂന്നാലു കുപ്പി ചാരായം ഉള്ളിൽ ചെന്നിട്ടുണ്ട്.

ബാക്കിയുള്ളത് കുളി കഴിഞ്ഞാവാം.

അതോർത്തപ്പോൾ അയാളിൽ ഉത്സാഹം കുന്നുകൂടി. കാറ്റ് ഒരിക്കൽകൂടി റാന്തലിലേക്കു ഇരച്ചുകയറി. അതണഞ്ഞു. കയ്യിൽ തടഞ്ഞ ചാരായക്കുപ്പി വായിലേക്ക് കമിഴ്ത്തി മണലിൽ അമരുന്ന കാലു വലിച്ചയാൾ കടലിലേക്കിറങ്ങി. തലയിൽ കെട്ടിയ തുണി പോലും അഴിക്കാതെ ആണയാൾ കടലിലേക്ക് ഇറങ്ങിയത്. അതാണ് പതിവ്. ശവദാഹം കഴിഞ്ഞാൽ, അങ്ങനെ വേണമത്രെ. ചിലപ്പോൾ ലഹരിയിൽ, അല്ലെങ്കിൽ ആ ദിവസം തന്നെ നൊമ്പരപ്പെടുത്തിയ ശവദാഹത്തെ പറ്റി ഓർത്താവും. അതുമല്ലെങ്കിൽ, അവിടെ കണ്ട സങ്കടം പേറുന്ന ഏതെങ്കിലുമൊരു മുഖം. ഇന്നാണെങ്കിൽ...

ഒരു തിര അയാളെ വലിച്ചിട്ടു. എഴുന്നേൽക്കാനുള്ള ശ്രമത്തിൽ മറ്റൊന്ന് കൂടി. വായിൽ കയറിയ ഉപ്പുവെള്ളം അയാൾ കാർക്കിച്ചു തുപ്പി. കടലിനോട് അയാൾക്ക് അമർഷം തോന്നി. നാവിനു ഒരു തരിപ്പും കുഴയുന്ന രൂപവും വന്നതായിരുന്നു. ഒക്കെ നശിപ്പിച്ചു കളഞ്ഞു. അയാൾ ഊക്കോടെ വെള്ളത്തിൽ ഇടിച്ചു. ഉടുവസ്ത്രങ്ങൾ ഊരിയെറിഞ്ഞു. അനന്തരം കടലിനെ പുണരാനെന്നോണം കിടന്നു. തിരകൾ അയാളെ തള്ളുകയും കൊള്ളുകയും ചെയ്തുകൊണ്ടിരുന്നു. അറിയാത്ത ഏതോ ലഹരി അയാളെ വരിഞ്ഞു മുറുക്കി. നനവിലെ ശീതക്കാറ്റിൽ അയാൾ രസിച്ചു. കൈകൾ വിടർത്തി മാനത്തേക്ക് നോക്കി മലർന്നു കിടന്നു. തിരകൾ ഇറങ്ങിപോകുമ്പോൾ മണലിളക്കി അയാളെ ഇക്കിളിപ്പെടുത്തി.

ശവസംസ്കാരം വൈകുമെന്നറിഞ്ഞപ്പോൾ അയാൾക്ക് ക്ഷമ നശിച്ചിരുന്നു. 'ഇവനൊക്കെ ഒന്ന് നേരത്തെ വന്നൂടെ?" അയാൾ മനസ്സിൽ പറഞ്ഞു. ചെങ്കൊടികളേന്തിയ അണികളും അസ്തമനസൂര്യന്റെ വിഷാദവും ചേർന്ന് കടപ്പുറം ചെങ്കടലായി. അയാൾ തുടരെ ബീഡി പുകച്ചു.

"ഇനി എത്ര നേരമെടുക്കും?" അയാൾ ആരോടെന്നില്ലാതെ തിരക്കി.

"മന്ത്രിയുടെ പ്രസംഗത്തിന് ശേഷം". ആരോ പറഞ്ഞു.

"എപ്പോഴാ മന്ത്രി എത്തുക?" ആരും ഉത്തരം പറഞ്ഞില്ല.

ഇവരെ ദഹിപ്പിക്കാനെന്തിനാ മന്ത്രി എന്നയാൾ ചോദിച്ചില്ല.

"മന്ത്രി വരുമോ?"

വരാതിരിക്കില്ല. ഒരു ചെറുപ്പക്കാരൻ പറഞ്ഞു.

ഐബിയിലുണ്ട്. പാർട്ടിക്കാരുമായി ചർച്ചയിലാണ്. ആരോ പറയുന്നത് കേട്ടു.

ചർച്ച! അയാൾ സഹികെട്ടു. ചത്തവനെ എങ്ങനെ സംസ്കരിക്കണമെന്നാവും അല്ലെങ്കിൽ വോട്ട് പിടിക്കാനുള്ള പുതിയ തന്ത്രമോ? നേരം വൈകുന്നല്ലോ. നേരമറിയാനെന്നോണം, അയാൾ കടലിലേക്ക് നോക്കി. ചക്രവാളത്തിനു എരിഞ്ഞടങ്ങുന്ന ചിതയുടെ നിറം. ഇനി ഇന്നുദ്ദേശിച്ചതൊന്നും നടക്കുമെന്ന് തോന്നുന്നില്ല. പെങ്ങളോടെന്താ പറയുക? അവൾ കാത്തിരുന്നു മുഷിഞ്ഞ്... അന്തി വെയിലിന്റെ കണ്ണുകളുമായി...

പെട്ടെന്ന് ഇടിമുഴക്കം പോലെ മുദ്രാവാക്യമുയർന്നു. ജനക്കൂട്ടം ജിജ്ഞാസയോടെ ഇളകി. മന്ത്രി എത്തിയെന്ന് തോന്നുന്നു. ആളുകൾ പരസ്പരം മുരണ്ടു. പൊടുന്നനെയാണ് ബഹളം നിലച്ചതും. മൈക്കുണർന്ന ശബ്ദം കൂവൽ പോലെയും. മുർശ്ച പോലെയും കേട്ടു. പിന്നെ ആരോ പറഞ്ഞു.

"കൂട്ടരേ ബഹുമാന്യ മന്ത്രി ഉടൻ എത്തിച്ചേരുന്നതാണ്... ക്ഷമിക്കുക... സഹകരിക്കുക..."

അലങ്കരിച്ച വാഹനങ്ങളിലെ ഭൗതിക ശരീരത്തിൽ അന്ത്യാ ഭിവാദ്യമർപ്പിക്കുന്ന ജനങ്ങളുടെ ഒഴുക്ക് ഏകദേശം നിലച്ചിട്ടുണ്ട്. ആൾക്കാർ വന്നും പോയുമിരുന്നു. അയാൾ അക്ഷമനായി. 'ഏട്ടൻ വരാതിരിക്കരുത്, എന്റെ അരങ്ങേറ്റമാണ്'. അവൾ പലവുരു ആവർത്തിച്ചതാണ്.

"വരാം" ലഹരിയിൽ ആയിരുന്നില്ല അപ്പോൾ. പോകണം. മനസ്സിലുറച്ചതാണ്. അവൾ പറഞ്ഞതോർത്തു. "വരുമ്പോൾ എനിക്കൊരു പാദസരം കൊണ്ടു് വരണം. "അതൊന്നും ഞാൻ വാങ്ങിയാൽ ശരിയാവില്ല. പണം കൊടുക്കുമ്പോൾ പറഞ്ഞു അവൾ വിഷമിക്കാതിരിക്കട്ടെ. പക്ഷേ ഇന്നെന്തായാലും അവൾ ദുഃഖിച്ചിരിക്കും. തന്നെക്കാണാതെ...

ജനാരവം വീണ്ടുമുയർന്നു. മന്ത്രിയെത്തി. ആവേശം നിറഞ്ഞ നീണ്ട പ്രസംഗത്തിന് കാത്തവരെ മന്ത്രി നിരാശപ്പെടുത്തിയോ? 'ഇവർ മരിക്കുന്നില്ല – ദാ അങ്ങോട്ട് നോക്കുക. കടലിനു നേരെ വിരൽ ചൂണ്ടി മന്ത്രി പറഞ്ഞു. കടലിലെ തിരകൾ പോലെ. തീരത്തണയുന്ന തിര മരിക്കുന്നില്ല. അവയ്ക്കു പിന്നിൽ വീണ്ടും വീണ്ടും തിരമാലകൾ വന്നു കൊണ്ടേയിരിക്കും. "പ്രസംഗത്തിനിടയിൽ തിരക്കിലൂടെ അയാൾ നുഴഞ്ഞിറങ്ങി ചിതകളുടെ അടുത്തേക്ക് നീങ്ങി.

കടപ്പുറം തിരയൊഴിഞ്ഞ കടൽ പോലെ ശാന്തമായി അവിടെ അയാളും, വാടിയ പൂക്കളും, പുഷ്പചക്രങ്ങളും മാത്രമായി. ചിതയ്ക്കു മുമ്പിൽ നിലത്തിരുന്ന അയാൾ കുപ്പി തുറന്നു. എരിയുന്ന വിറക് കൊള്ളിയിൽ നിന്നും ബീഡിക്ക് തീ പകർന്നു. അയാളോർത്തു. എവിടെപ്പോയി മുതലക്കണ്ണീർ ഒഴുക്കിയവർ? നിറ തോക്കിനു മുന്നിൽ ഇവരെ തള്ളിയവർ എവിടെ? ഇവരുടെ നെഞ്ചിലേക്ക് വെടിയുതിർത്തവർ ഉറങ്ങിക്കാണുമോ? ഇവർ രക്തസാക്ഷികൾ ആണത്രേ ! എന്തിനു വേണ്ടിയാണ് ഇവർ രക്തമൊഴുക്കിയത്? ചിതയിലേക്ക് നോക്കി അയാൾ ചോദിച്ചു. 'ചെറുപ്പക്കാരാ... ഇത്ര

വേഗം മരിക്കണമെന്ന നീ കൊതിച്ചിരുന്നോ? ചിതയിലെ ചിരട്ടകൾ ശീല്ക്കാരത്തോടെ പാളി. അതൊരു മറുപടിയായി അയാൾക്ക് തോന്നി. പിന്നിൽ തിളച്ചുമറിയുന്ന താറുപോലെ കറുത്ത കടൽ അയാളെ കാത്തിരിക്കുന്നു. എല്ലാ ദുഃഖങ്ങളും അയാൾ പറയുന്നത് കടലമ്മയോടാണ്. ചിലപ്പോൾ തോരാത്ത കണ്ണീരുണ്ടാവും അയാളറിയാതെ ഒഴുകുന്നവ. അതൊഴുകിയാണോ വെള്ളത്തിനിത്ര ഉപ്പുണ്ടായത്? എവിടെ കണ്ണീരിന്റെ ചൂട്? വെള്ളത്തിന് തണുപ്പേ റിയിരുന്നു. അയാളിലെ ലഹരി തണുപ്പിന് വഴിമാറിക്കൊടുത്തു. അപ്പോഴാണ് വെള്ളത്തിലും കരയലുമായി താൻ വിറങ്ങലിക്കുക യാണെന്ന ബോധം അയാൾക്കുണ്ടായത്. ഇരുളിൽ വലിച്ചെറിഞ്ഞ തുണികൾക്കായി അയാൾ തിരഞ്ഞു. താൻ നഗ്നനാണല്ലോ എന്നോർത്ത് അയാൾ ഊറിച്ചിരിച്ചു.

അയാൾക്ക് നല്ല വിശപ്പുണ്ടായിരുന്നു. ഇന്നൊന്നും കിട്ടിയില്ല. മാംസം കരിഞ്ഞിറങ്ങിയ ലഹരി മാത്രമാണ് വയറ്റിൽ. നേരത്തെയാ ണെങ്കിൽ പെട്ടിക്കടയിൽ പരിപ്പുവട കാണുമായിരുന്നു. എണ്ണയിൽ കരിഞ്ഞ പരിപ്പും, മൊരിഞ്ഞ മുളകും, കറിവേപ്പിലയുമായി... നാവിൽ വെള്ളമൂറുന്നു. നേരത്തെയായിരുന്നെങ്കിൽ...

ഒരു വാഹനത്തിന്റെ വെളിച്ചം പാലം കടന്നു വരുന്നുണ്ട്. ഈ അസമയത്ത് ആരാവും? മരിച്ചവരുടെ ബന്ധുക്കാളാരെങ്കിലും? ലൈറ്റണഞ്ഞപ്പോൾ വീണ്ടും ഇരുൾ ഭിത്തിയുയർന്നു. തീപ്പെട്ടിയും ടോർച്ചും തടയുന്നതിന് മുമ്പ് തന്നെ കാറിൽ നിന്നിറങ്ങിയ ആൾ അടുത്തെത്തി.

'ആരാ? എന്താ ഈ അസമയത്ത്?

“ഞാൻ... അത്...” ആൾ പരുങ്ങി.

അയാൾ റാന്തൽ കൊളുത്തി.

വന്ന ആൾ വിയർത്തു നനഞ്ഞിരുന്നു. എന്തൊക്കെയോ പരിഭ്രമം അയാളിൽ തെളിഞ്ഞു. കീശയിൽ നിന്നും തടിച്ച ഒരു നോട്ടുകെട്ട് കയ്യിൽ പിടിച്ചുകൊണ്ട്, ആൾ വിറച്ചു. “എന്നെ ഒന്ന് സഹായിക്കണം... ഒരബദ്ധത്തിൽ പറ്റിയതാണ്. ഇവിടെയാവു മ്പോൾ ആരുമറിയില്ല. പെട്രോളോ എണ്ണയോ ഒഴിച്ചു എളുപ്പം കത്തിക്കാം. രക്ഷിക്കണം. ഞാനെന്തു വേണമെങ്കിലും തരാം. ദയവു ചെയ്ത്...

“എന്താണ് വേണ്ടതെന്നു നിങ്ങൾ പറഞ്ഞില്ല. എന്ത് കത്തിക്ക ണമെന്നാണ്?” അയാൾക്ക് തണുത്തു വിറക്കുന്നുണ്ടായിരുന്നു.

കാറിന്റെ ഡോർ തുറന്നടഞ്ഞു. കയ്യിൽ നെഞ്ചോട് ചേർത്ത ഒരു പൊതിയുമായി വന്നയാൾ പറഞ്ഞു. "ഞാനെല്ലാം പറയാം. നിങ്ങളുടെ തണുപ്പും വിറയലും മാറട്ടെ. റാന്തലിന്റെ മങ്ങിയ വെളിച്ചത്തിൽ കുപ്പിയിൽ പതിഞ്ഞ സ്വർണ്ണാക്ഷരങ്ങൾ തെളിഞ്ഞു. ആളിന്റെ കഥ കേൾക്കാനൊന്നും അയാൾ താല്പര്യം കാണിച്ചില്ല. കുപ്പിയുടെ അടപ്പൂരി അയാൾ വായിലേക്കൊഴിച്ചു. ഈ ഉയർന്ന ജാതി അയാളുടെ ബ്രാണ്ടല്ല. ഒരിറക്കായാലും വേണ്ടത് ചാരായം തന്നെ. അതിന്റെ കയ്പ്പും ചവർപ്പും ഒന്ന് വേറെ തന്നെ. അയാൾ തടിച്ച നോട്ടു കെട്ടിലേക്ക് നോക്കി. ഇത്രയും പണം ഒരുമിച്ച് കയ്യിൽ കിട്ടുന്നത് ആദ്യമായാണ്. ആരും ഇത്രയൊന്നും തരാറില്ല. പണം തന്നു തന്നെകൊണ്ട് ചെയ്യിക്കുന്നത് നേരം തെറ്റിയുള്ള ശവദാഹമാണ്. ഇതുകൊണ്ട് അനിയത്തിക്ക് ഒരു പാദസരം വാങ്ങാം. പൊന്നു കൊണ്ടുള്ളത്. അയാൾ സന്തോഷം കൊണ്ട് മതിമറന്നു. അഴയിൽ നിന്നും എടുത്ത കുപ്പായമിട്ടു ബീഡിക്കു തിരയുമ്പോൾ അയാൾക്ക് മുന്നിൽ സിഗരറ്റു നീണ്ടു. അയാൾ സ്വയമെന്നോണം പറഞ്ഞു. "നല്ല കൈക്കൂലി.' അല്പം മുമ്പ് ആറെണ്ണമാണ് ദഹിപ്പിച്ചത്. ആറ് രൂപ പോലും ആരും തന്നില്ല. പട്ടിണി ബാക്കി. അനിയത്തിയുടെ കണ്ണീരുവീണു. ഉറക്കംപോയി. ആളിന്റെ പരിഭ്രമം കുറഞ്ഞിട്ടില്ല. അയാളോർത്തു. പാതിരാ കഴിഞ്ഞു കാണും. ഇവിടെ ചെകുത്താൻ പോലും വരില്ല. ഒന്നല്ല. ഒമ്പതായാലും ആരുമറിയില്ല. പിന്നെ... ഇത്രയും പണം കിട്ടുമ്പോൾ...

"എന്റെ കൂട്ടുകാരിയുടെ ബോഡിയാണ് കാറിൽ. ഇന്നൊരു സന്തോഷദിനമായിരുന്നു. ചില കളിതമാശകൾക്കിടയിൽ...' ആളൊന്നു നിർത്തി. പിന്നെ പറഞ്ഞു.

"മനഃപൂർവ്വമായിരുന്നില്ല... അങ്ങനെപറ്റിപ്പോയി. അവൾ നിലവിളിച്ചപ്പോൾ ഞാൻ വായ പൊത്തി... പിന്നീട്. ആൾ മുഖം താഴ്ത്തി.

അയാളിൽ ലഹരി ഘനീഭവിച്ചു. വയറു നിറക്കാനെന്നോണം അയാൾ വീണ്ടും കുപ്പി വായിലേക്ക് കമിഴ്ത്തി. കാറിന്റെ പിൻസീറ്റിൽ നിന്നും മേൽചൂട് വിട്ടു മാറാത്ത ഒരു പെണ്ണിന്റെ ശരീരം ആൾ നിലത്തിറക്കി വെച്ചു. തൊട്ടാൽ ഒട്ടുന്ന ഇരുളിൽ ചിതയിലേക്കെടുക്കുമ്പോൾ അയാളും സഹായിച്ചു. യുവതിയുടെ പാദസരം അയാളുടെ കയ്യിൽ തൊട്ടു. ഒരു കൈ വിലങ്ങുപോലെ. അകലെയുള്ള വിളക്കുമാടം സാക്ഷിയായി ചിതയെരിഞ്ഞു.

ഊഴം

മഹാനഗരത്തിലെ, ആഡംബര ആശുപത്രിയിൽ, ആകാശപ്പരപ്പിൽ പ്രത്യേകം സജ്ജമാക്കിയ മുറിയിൽ ചേതനയറ്റ പോലെ അയാൾ കിടന്നു. ലോക് ഡൗണിൽ ചലനമറ്റ മഹാനഗരവും അയാൾക്കു കൂട്ടായി.

പാതയോരങ്ങളിലുടനീളം പൂത്തു നിന്ന ഗുൽമോഹർ പുഷ്പങ്ങൾ, ലോകം കീഴടക്കിയ കൊറോണ വൈറസുകളെ പോലെ ത്രസിച്ചു നിന്നു.

അങ്ങ് താഴെ വിശാലമായ പാർക്കിംഗ് ബേയിൽ, ഊഴം കാത്ത് നിരവധി ആംബുലൻസുകൾ നിരന്നു നിൽക്കുന്നു.

പി.പി.ഇ. അണിഞ്ഞ ഡോക്ടർമാരും, നഴ്സുമാരും മേഘതുണ്ടുകൾപോലെ, പറന്നിറങ്ങി. അവർ, വായുവിലെന്ന മട്ടിൽ, തെന്നിയും, തെറിച്ചും മുറിയിൽ അസ്പഷ്ടമായി.

നിമിഷനേരം, അവ്യക്തമായ ചില ചിത്രങ്ങൾ അയാളുടെ കണ്ണിലൂടെ കടന്നുപോയി. രോഗികൾക്ക് നിഷേധിക്കപ്പെട്ട ഐ.സി.യു. കട്ടിലുകൾ... കൂട്ടിയിട്ട ഓക്സിജൻ സിലണ്ടറുകൾ, പൂഴ്ത്തി വെക്കപ്പെട്ട അവശ്യ മരുന്നു പെട്ടികളുടെ കൂമ്പാരങ്ങൾ... ആറക്കവും, ഏഴക്കവും പതിച്ച ആശുപത്രി ബില്ലുകൾ... ആകുലത മുറ്റിയ സങ്കടം പേറുന്ന മുഖങ്ങൾ... മുഖങ്ങളിൽ നിന്നും പറിച്ചുമാറ്റപ്പെട്ട ഓക്സിജൻ മാസ്കുകൾ... ഒരിറ്റ് പ്രാണവായു തേടി പിളർന്ന് അടയാത്ത ഗർത്തം പോലെ തോന്നിച്ച വേദന കത്തുന്ന മുഖങ്ങൾ...

കട്ടിയേറിയ ആവരണങ്ങൾക്കുള്ളിൽ തേങ്ങുന്ന, മരവിച്ച മനസ്സുമായി തെന്നി നീങ്ങുന്ന ഒരു കൂട്ടം മേഘ ശകലങ്ങൾ...

അയാൾ, എല്ലാമറിയുന്നുണ്ടായിരുന്നു.

മുന്നിലെ ചുമരിൽ പതിച്ച വിശാലമായ മോണിട്ടറിൽ തെളിയുന്നത്, അയാളുടെ വീടിന്റെ ഉൾത്തളമാണ്. പലതും, അവ്യക്തമായി. അടയുന്ന കണ്ണുകളിൽ കറുപ്പു കലർന്ന കടും കുങ്കുമം കത്തിനിന്നു.

അതീവ സുഗന്ധം പേറുന്ന നിരവധി സുഗന്ധദ്രവ്യ കുപ്പികളും, ലഹരി നിറച്ച ആഡംബര മദ്യക്കുപ്പികളും മണമില്ലാതെയും, രുചിയില്ലാതെയും കിടന്നു.

മുഖത്തുനിന്നും, ഓക്സിജൻ മാസ്ക് ഓരോ അഴിച്ചു മാറ്റുന്നത് പോലെ അയാൾക്ക് തോന്നി. അരുതെന്ന് പറയാൻ നാവു ചലിക്കാതെ, തടയാൻ കൈകളുയരാതെ അവ നിശ്ചലമായി. തല കീഴായി തൂങ്ങി നിൽക്കുന്ന വെള്ളക്കുപ്പികൾ, വവ്വാലിനെപോലെ ഇളകി.

പ്രാണവായു തേടി, മേലോട്ടുയർന്ന് ഒരു ഗർത്തം കൂടി രൂപപ്പെട്ടു.

മണമോ, രുചിയോ, രൂപമോ ഇല്ലാത്ത എന്തോ ഒന്ന് അയാളെ തൊട്ട് കടന്നുപോയി.

മേഘ തുണ്ടുകൾ വീണ്ടും കട്ടിലിനു ചുറ്റും കനത്തു.

മകൾ

“മോളേ... സുമേ...”

അതി ദയനീയമായിരുന്നു ആ വിളി.

അരക്കെട്ട് തകരുന്ന പേറ്റു നോവിന്റെ, വേദനപോലെ.

അടിവയറിലുയരുന്ന വമ്പൻ തിരമാലകളെ അടക്കിപ്പിടിച്ച് ആ അമ്മ തേങ്ങി.

ചുരുണ്ട്... നിവർന്ന്... വീണ്ടും ചുരുണ്ട് അവർ പിടഞ്ഞു.

പിന്നെ മയങ്ങി. അവരെന്തോ പിറുപിറുത്തു. സുമ കാതോർത്തു.

“നിന്നെ പെറുമ്പോഴാ... ഇങ്ങിനൊരു വേദനീണ്ടായേ... ബഗവതിയമ്മേ”.

മച്ചിലെവിടെയോ പല്ലി ചിലച്ചു. നിലത്ത് അമ്മയുടെ മെലിഞ്ഞ ശ്വാസം നിലച്ചു.

വീർത്തു കിടക്കുന്ന വയറിലെ പറുദീസക്കുള്ളിൽ അനക്കം വെച്ചുതുടങ്ങിയ പേരില്ലാത്ത സുമയെ അവൾ കണ്ടു. തനിക്കുചുറ്റും വലയമായൊഴുകുന്ന വിഷക്കൂട്ട്.

ഉപ്പില്ലാതൊഴുകിയ കണ്ണീർ തളം കെട്ടി നിന്നു.

അതിൽ മുങ്ങി നിവരുന്ന കുറെ മുതലക്കുഞ്ഞുങ്ങളുണ്ടായിരുന്നു.

ഉപ്പുവെള്ളം

ചാര നിറമുള്ള കടൽ, നോക്കി നിൽക്കെ ചെങ്കടലായി അസ്തമയ കുങ്കമം നേരത്തെ തന്നെ വീണടിഞ്ഞിരു ന്നു. കറുപ്പ് പുതച്ച ഭീമൻ ചെകുത്താന്റെ നിഴൽ വീണ കടലിനെ നിലാവാണ് ചാര നിറം പൂശിയത്.

കുഞ്ഞിച്ചോര മണത്താവണം തിരമാലകൾ, പുളയുന്ന വേദനയോടെ, നിലം പറ്റി കിടന്നു. കടലമ്മയുടെ അലർച്ചക്ക് മുകളിലായി കുഞ്ഞു കരച്ചിൽ...

വലിയൊരു പാറക്കല്ലിൽ, ഒരു കുങ്കമ പൊട്ട്പോലെ പിഞ്ചു ചോര ചിന്തി.

സങ്കടംപേറിയ തിരമാലകൾ, അത് മായ്ക്കാനാവാതെ, ദുർബ്ബലയായി. കടൽ വെള്ളത്തിന് ഉപ്പേറി. കടലും കരഞ്ഞിരി ക്കണം...

കുളമ്പടികൾ

തിരിച്ചറിയാൻ കഴിയാത്ത ആ സ്ഥലത്തെ തലോടി അറിയുകയായിരുന്നു അയാൾ. പലവുരു ഒപ്പമുള്ളവരോട് ചോദിച്ചതാണ്. ആരും ഒന്നും മിണ്ടിയില്ല. മറുപടി പറഞ്ഞവർ തന്നെ പരിഹസിക്കുകയും, അവരറിയാതെ വേദനിപ്പിക്കുകയും ചെയ്തിരിക്കുന്നു. അയാൾ നടാടെയാണിവിടെ. ഇതേതാണ് സ്ഥലം? താനെവിടെയാണ്? അയാൾ സ്വയം ചോദിച്ചു. ഉത്തരം കിട്ടാതെ പഴയപടി ജോലി തുടർന്നു. തന്റെ ഊന്നു വടിയോളം വണ്ണമുള്ള ഇരുമ്പഴികളിൽ മാറി മാറി തലോടി. കൈവെള്ളയിൽ പറ്റിയ തുരുമ്പുകൾ തിരുമ്മി കളഞ്ഞു. മൂത്രത്തിന്റെ രൂക്ഷഗന്ധമുണ്ടതിന്. കരിങ്കൽ ചുമരുകളിൽ തടവി പതുക്കെ, അയാൾ നീങ്ങി. ഒരു കാര്യമയാൾക്ക് ബോധ്യപ്പെട്ടിരുന്നു. ഈ മുറിക്ക് വാതിൽ ഒന്നേ ഉള്ളു. അത് ഇരുമ്പഴി തറച്ചതുമാണ്. വലിപ്പം ഏറെ ഇല്ലാത്ത മുറിയിൽ, വേറെയും ആൾക്കാരുണ്ട്. അവരും തന്നെ പരിഹസിച്ചിരിക്കുന്ന മറ്റു പലരെയും പോലെ. ചുമരിൽ തപ്പി നടക്കുമ്പോൾ ആരെയോ അറിയാതെ ചവിട്ടി. അയാൾ പിടഞ്ഞു ചീറി.

"തനിക്ക് കണ്ണ് കണ്ടു കൂടെ...? വിരല് ചതഞ്ഞല്ലോ..." ചുളിഞ്ഞ മുഖത്തോടെ വിരലിൽ ഊതുന്ന ശബ്ദം അയാൾ ഗ്രഹിച്ചു.

"ഇതേതാണ് സ്ഥലം?" അയാൾ ആരോടെന്നില്ലാതെ ചോദിച്ചു. ഉത്തരം കാത്തു ചെവി വട്ടം പിടിച്ചു. "കണ്ണ് മിഴിച്ചു നോക്കണം" ആരോ ചിരിച്ചു. പിന്നെ ചുമച്ചു. നീണ്ട ചുമ മുറിക്കകം മുഴങ്ങി.

താൻ വേദനിപ്പിച്ച ആളും ചിരിക്കുന്നുണ്ടാകുമോ? അയാൾ മുതുക് ചുമരോട് ചേർത്ത് താഴേക്ക് നിരങ്ങി.

കുനിഞ്ഞിരുന്നപ്പോൾ കാൽമുട്ടിൽ വേദന. മുട്ടിൽ തലയൂന്നി മയങ്ങിയതിനാൽ, കഴുത്തും വേദനിക്കുന്നുണ്ട്. മറ്റു വേദനകൾ ഇന്നലെ കിട്ടിയ അടിയുടേതാണ്. മനസ്സിലേത് ജന്മം തൊട്ടുള്ളതും.

ആരോ തീപ്പെട്ടിയുരച്ചു. കത്തുന്ന തീപ്പെട്ടി കൊള്ളിയുടെ ശബ്ദവും, ഒപ്പം ബീഡിയുടെ പുകയും അയാളെ ചുറ്റി വരിഞ്ഞു. അയാൾ വീണ്ടും പരിഹാസത്തിനൊരുങ്ങി ചോദിച്ചു.

"നേരമെന്തായി"?

ബീഡി പുകക്കുന്ന ആളാകണം ചുമച്ചു കൊണ്ട് പറഞ്ഞത്. "ഇവിടെ ഇരുട്ടാണെന്റെ ചങ്ങാതി"

ബീഡിപുക അയാളെ വല്ലാതെ ശല്യപ്പെടുത്തി. നേരത്തിനും ഇരുട്ടിനും തമ്മിലുള്ള ബന്ധത്തെക്കുറിച്ച് അയാൾ അജ്ഞാതനാണല്ലോ. അയാളുടെ നെഞ്ചും വയറുമൊക്കെ എരിയുന്നുണ്ടായിരുന്നു. വിരലുകൾ നെഞ്ചിലേക്ക് നീങ്ങിയപ്പോൾ കുപ്പായക്കീശമേലുടക്കി. അത് കയ്യിൽ തൊട്ടപ്പോൾ അയാൾ വേദനമറന്നു. ഇതവളുടെ കയ്യിൽ എത്തിക്കണം. കുന്നിന്റെ വാശിയും കരച്ചിലും... അവൾക്ക് കരിങ്കൊടി വേണത്രെ. "എന്താ അപ്പൂപ്പാ കരിങ്കൊടി"? അയാൾ വിക്കി. "അത്... അത്... മോളെ... കരിങ്കൊടി? എനിക്കറിയില്ല".

അവൾ ശാഠ്യം തുടങ്ങി കഴിഞ്ഞിരുന്നു. 'നിക്കൊരു കരിങ്കൊടി വേണം'. സുജാത ഇടയിൽ കയറി. 'മിനിക്കുട്ടി, അപ്പൂപ്പനെ ശല്യപ്പെടുത്തേണ്ട. അമ്മ പറഞ്ഞുതരാം. ഇത് കണ്ടോ അമ്മേടെ സാരിയിലെ കറുത്ത പൂക്കൾ. ഇതിൽ അല്പം മുറിച്ചെടുത്താൽ, കരിങ്കൊടിയായി." അവൾ തൃപ്തിപ്പെട്ടെന്ന് തോന്നിയില്ല. അവളുടെ കരച്ചിലും മൈക്കിലൂടെ അകന്നു പോകുന്ന കരിങ്കൊടി ജാഥയും അയാളുടെ തലക്കുള്ളിൽ മുഴങ്ങി. പുറത്തേക്കിറങ്ങുമ്പോൾ സുജാത ഓർമ്മിപ്പിച്ചു.

"അങ്ങാടിയിൽ സമ്മേളനവും ജാഥയുമൊക്കെയാണ്. തിരക്കാവും. നേരം സന്ധ്യയാവുന്നു."

ഒടുവിൽ പറഞ്ഞത് അയാൾക്ക് നന്നേ പിടിച്ചു. അവളൊന്നും കരുതിയാവില്ല പറഞ്ഞത്. പലരും അറിയാതെ, തന്നെ നൊമ്പരപ്പെടുത്തുന്നു. അന്ധന് പുലരിയും, നട്ടുച്ചയും, സന്ധ്യയും, പാതിരയുമൊക്കെ ഒന്ന് തന്നെ. കാഴ്ച്ചയുള്ളവർ അതിനെ ഓരോ ഓമനപേരിട്ട് വിളിക്കുന്നു. തനിക്ക് മുന്നിൽ ഒരു നിറമാണ്. ഒരേ ഒരു നിറം. അതിനെ

എങ്ങനെ വിളിക്കണം എന്നൊന്നും അറിയില്ല. വല്ലപ്പോഴുമൊക്കെ ഒരു ഞൊടിയിട നേരം അയാളെന്തൊക്കെയോ കാണാറുണ്ടെന്നു തോന്നി. അങ്ങിനൊരിക്കൽ, മിനിക്കുട്ടിയുടെ ചിരിക്കുന്ന മുഖം, ഊന്നു വടിയെടുത്തു തരുമ്പോൾ മകൻ വിനുവിന്റെ കൈകൾ... അങ്ങനെ...

"എന്തെങ്കിലും മറന്നോ?" സുജാതയാണ്. താൻ മുറ്റത്തു തന്നെ നിൽക്കയാണെന്ന ബോധ്യത്തിൽ ജാള്യത തോന്നി. മറുപടിയൊന്നും പറയാതെ, വെളുത്ത ഊന്നുവടിക്കു പിന്നിൽ, ഒരിക്കലും കാണാത്ത, ഏറെ പരിചയിച്ച വഴിയിലൂടെ നടന്നു. ഇടവഴിക്കു മുകളിലെ മരച്ചില്ലകളിൽ കിളികൾ ചേക്കേറി തുടങ്ങിയിരിക്കുന്നു. ഇതിൽ മിനിക്കുട്ടിയുടെ മഞ്ഞക്കിളികളും, പച്ചത്തത്തയും, കാണുമായിരിക്കും. മഞ്ഞക്കിളികളുടെയും, തത്തകളുടെയും പാട്ടുകൾ അവളിൽ നിന്ന് അയാളും പഠിച്ചിരിക്കുന്നു...

"നാണുവേട്ടൻ എങ്ങോട്ടാ, മന്ത്രിയെ തടയാനോ?"

ആരോ തന്നെ മുള്ളുകൊണ്ട് കുത്തിയപോലെ അയാൾക്ക് തോന്നി. അയാളിലെ സന്തോഷം എങ്ങോ പോയ് മറഞ്ഞു. ദേവന്റെ ശബ്ദമല്ലേ അത്? അവനെന്തേ ഇങ്ങനെ തോന്നാൻ? നടന്നകലുന്ന ദേവന്റെ കാൽക്കീഴിൽ അമരുന്ന മണ്ണിന്റെ രോദനം അയാൾ കേട്ടു. ഊന്നുവടിയിൽ ഇരുകൈകളുമൂന്നി അയാൾ തിരിഞ്ഞു നിന്നു. അനന്തരം ആരോടെന്നില്ലാതെ പറഞ്ഞു. "വഴി മുട്ടി നിൽക്കുന്ന ഞാൻ ആരെ തടയാൻ? അത് നിങ്ങൾക്കല്ലെ പറ്റൂ... കണ്ണുള്ളവർക്ക്. സ്വരത്തിന് പതിവിൽ കവിഞ്ഞ കയ്പ്പും, രോഷവും ഉണ്ടെന്നു അയാൾക്കു തോന്നി.

റോഡിൽ ജനരോഷം മുഴങ്ങിക്കേൾക്കാം. പലതരത്തിലുള്ള മുദ്രാവാക്യങ്ങൾ ഉയരുന്നുണ്ട്. ഒരരികുപറ്റി നിൽക്കുമ്പോൾ ആരോ തന്നെ തൊട്ടു. കുപ്പായത്തിൽ അമരുന്ന കൈകളെ തടയുമ്പോൾ പറഞ്ഞു "കരിങ്കൊടിയാ... പ്രതിഷേധിക്കണം... എല്ലാവരുമൊരുമിച്ച്" കാഴ്ച കിട്ടിയത് പോലുള്ള സന്തോഷമായിരുന്നു അയാൾക്ക്. തേടിയ വള്ളി കാലിൽ ചുറ്റിയപോലെ. അതെങ്ങിനെ ആയിരിക്കും എന്നറിയാനുള്ള അതിയായ ആഗ്രഹം അയാൾക്കുണ്ടായി. അയാൾ അതിൽ തെരുപ്പിടിച്ചു. കൈകൊണ്ട് തടവി. വിരലിൽ എന്തോ കുത്തി. ഇതിനു മുള്ളു കാണുമോ? റോസാ ചെടിക്കുള്ളത് പോലെ? ഇതും നല്ല ചന്തമുള്ളതായിരിക്കും. ഇളം കൈകൾ കഴുത്തിൽ ചുറ്റി. തന്നെ ഉമ്മ കൊണ്ട് മൂടുന്ന മിനിക്കുട്ടി ആണ് മനസ്സിൽ. സുജാതയും സന്തോഷിക്കും. കുഞ്ഞിന്റെ ശാഠ്യം തീർന്നു കിട്ടുമല്ലോ. ഒരു നുറുങ്ങ് വെളിച്ചത്തിനായി

അയാൾ പല തവണ കണ്ണ് ചിമ്മിത്തുറന്നു. ആൾക്കൂട്ടത്തിന്റെ തള്ളലിൽ വീണപ്പോൾ വേദനയറിഞ്ഞില്ല. തന്നെ പൊതിയുന്ന പിഞ്ചുമ്മയും, മണികിലുക്കം പോലുള്ള ചിരിയും അയാളിൽ ആഹ്ലാദത്തിന്റെ വേലിയേറ്റമായി. കൈവിട്ടു പോയ ഊന്നുവടി തപ്പുകയായിരുന്നു അയാൾ. എന്താണിവിടെ സംഭവിക്കുന്നത്.? ഈ നിലവിളിയും ആർപ്പും, പൊടുന്നനെ മുതുകിൽ വീണ അടിയിൽ അയാൾ പുളഞ്ഞു. ആൾക്കൂട്ടത്തിന്റെ ഇരമ്പൽ കൂടി വന്നു. വണ്ണമേറിയ വടികൾ വീണ്ടും മുതുകിൽ പതിച്ചു. അയാളുടെ നിലവിളി ആരവത്തിൽ അമർന്നു. ഒരു രക്ഷാകവചമെന്നോണം ഊന്നുവടി ഉയർത്തി പിടിച്ചു. ആരോ അതും പിടിച്ചെടുത്തു. അയാൾ തീർത്തും ആലംബമില്ലാത്തവനായി. താഴെ വീണ അയാളെ ചവിട്ടി ആരൊക്കെയോ കടന്നു പോയി.

കാതടിപ്പിക്കുന്ന മുദ്രാവാക്യങ്ങൾ ഉയർന്നു പൊങ്ങി. ഓടുന്ന വാഹനത്തിലിരുന്ന് അയാൾ ചോദിച്ചു. എവിടേക്കാണ് എന്നെ കൊണ്ട് പോകുന്നത്? ആരുമൊന്നും ഉരിയാടിയില്ല. അതോ ശബ്ദം തൊണ്ടയിൽ കുരുങ്ങിയോ? വണ്ടിക്കുള്ളിൽ ചൂളയുടെ ചൂട്. മുതുകിലെ വേദനയിൽ അയാൾ അസ്വസ്ഥനായി.

മുറിയിലെ തണുത്ത തറിയിൽ അയാൾ ചുരുണ്ടു കിടന്നു. നേരമെന്തെന്നറിയാൻ, അയാൾ കൊതിച്ചു. ബീഡി വലിക്കുന്ന ആൾ നിശ്ശബ്ദനാണ്. ഒരുപക്ഷേ ഉറങ്ങിക്കാണും. വീണ്ടും ചോദിച്ചാലോ? ഉത്തരത്തെ ഭയന്ന് അയാൾ മൗനം പൂണ്ടു. ചുവരിനടുത്ത് കൂടി ഒരു തീവണ്ടി ഇരമ്പിക്കൊണ്ട് പാഞ്ഞുപോയി. തറ വിരണ്ടു. ഏത് വണ്ടിയാവും ഇത്? വെളുപ്പിന് മൂന്നരക്കുള്ള മദിരാശി വണ്ടിയോ? അതോ നേരം തെറ്റിയോടുന്ന മറ്റേതെങ്കിലുമോ? ചെവി നിലത്തു ചേർത്തു അയാൾ ശ്രവിച്ചു. അകന്നു പോകുന്ന വണ്ടിയുടെ കിതപ്പ് നേർത്ത നിശ്വാസം പോലെ അനുഭവപ്പെട്ടു. ഈ തീവണ്ടി എങ്ങനെ ആയിരിക്കും? ഒരു പഴയ കുട്ടിക്കാല തമാശ അയാളുടെ ഓർമ്മയിൽ തികട്ടി. നമ്മുടെ കാദറിന്റെ കാളവണ്ടി പോലെയാ? അന്നെല്ലാവരും ചിരിച്ചു.

“അതൊന്നുമല്ല”. മകുന്ദൻ പറഞ്ഞു. “തീവണ്ടിക്ക് ആയിരം ചക്രങ്ങളുണ്ട്.”

‘അപ്പൊ ആയിരം കാളവണ്ടികൾ പോലെ അല്ലെ?”

“ഏയ്... അത്രയൊന്നും വരില്ല. ഒരമ്പത് ബസ്സിന്റെ വലിപ്പം കാണും. പക്ഷേ അതിൽ ചായേം ചോറും കിട്ടുമത്രേ.

ആദ്യമായി ബസ്സിൽ കയറിയതും മറക്കാനാവാത്ത ഓർമ്മയായി ഉണ്ട് മനസ്സിൽ. അക്കാലത്തു ബസ്സുകൾ വളരെ വിരളമായിരുന്നു. ഒരെണ്ണമോ മറ്റോ ആണ് ആ വഴിക്ക് ഓടിക്കൊണ്ടിരുന്നത്. ഒരിക്കൽ കേടായി മുക്കിലെ കടയ്ക്കു മുന്നിൽ നിർത്തിയിട്ടു. പകൽ മുഴുവൻ അതിലായിരുന്നു കളി. നല്ല പതമുള്ള സീറ്റിൽ അമർന്നിരുന്നും, കുലുങ്ങിയും ഹോണടിച്ചും കളിച്ചു. സീറ്റിനുള്ളിലെ പഞ്ഞി അടർത്തിയെടുത്തു തന്നത് ആരായിരുന്നു?... മുകുന്ദൻ ആണെന്നാണ് ഓർമ്മ.

പെട്ടെന്ന് പിള്ളേരോടി... തന്റെ തലയിൽ ആരോ ശക്തിയായി അടിച്ചു. "ഇറങ്ങിപ്പോടാ നായിന്റെ മോനേ". കണ്ടക്ടർ ആണ്. അയാൾക്ക് കലിയിളകിയിരുന്നു. കയ്യിലെ പഞ്ഞി അയാൾ പിടിച്ചു വാങ്ങി. പുറത്തേക്കുള്ള വഴി തിരയുമ്പോൾ അയാൾ വീണ്ടും പറഞ്ഞു. "നിനക്കൊക്കെ പടച്ചോൻ കണ്ണും തന്നിരുന്നെങ്കിൽ..."

ചെവിയും കേൾക്കാതിരുന്നെങ്കിൽ എന്ന് ആശിച്ചു പോയ ദിവസം. തലേന്ന് കിട്ടിയ സമ്മാനം എളുപ്പം മറന്നു. പിറ്റേന്ന് കൂട്ടുകാർക്കൊപ്പം ബസ്സിൽ കയറാതെ മാറി നിന്നു. കണ്ടക്ടർ അടുത്തുവന്നു കയ്യിൽ ഒരണ തന്നു. തലയിൽ തലോടി. "എടാ മോനെ, പെട്ടെന്നുള്ള ദേഷ്യം കൊണ്ട് പറഞ്ഞു പോയതാണ്. മറന്നു കള." അപ്പോൾ വീഴ്ത്താൻ കണ്ണീരുണ്ടായില്ല. തന്റെ പിന്നിൽ അയാൾ വീട്ടിലെത്തി. വിധവയായ അമ്മയ്ക്ക് വീണ്ടും തണൽ കിട്ടി. ആ തണലിൽ താനും...

ഇരുമ്പു വാതിൽ ഞെരക്കത്തോടെ തുറന്നു. അയാളുറങ്ങിപ്പോയിരുന്നു. "എല്ലാവരും പുറത്തേക്കു വരണം." ആരോ കൽപ്പിച്ചു. ശബ്ദം കേട്ട ദിശയിലേക്ക് അയാളും നീങ്ങി. ഇനിയും മിണ്ടാതിരുന്നാൽ തനിക്ക് എന്തൊക്കെയോ സംഭവിക്കുമെന്ന് മനസ്സ് പറഞ്ഞു. അയാൾ ഉച്ചത്തിൽ പറഞ്ഞു.

"എനിക്ക് കണ്ണ് കണ്ടുകൂടാ... സഹായിക്കണം"

വീതിയേറിയ ഒരു കൈത്തലം അയാളുടെ പിൻകഴുത്തിലമർന്നു. "കരിങ്കൊടിയും കുത്തി ജാഥക്ക് പോകാൻ തനിക്ക് ആരുടേയും സഹായം വേണ്ടെടാ കഴുവേറി..." ആരോ അതേറ്റു പിടിച്ചു.

"ഞങ്ങൾക്ക് കണ്ണിനും കാതിനും കുഴപ്പമില്ലെടാ... മിണ്ടിപ്പോയാൽ തന്റെ നാവു പിഴുതെറിയും."

അയാൾ തറയിൽ ഇരുന്നു. തനിക്കു നേരെ നടന്നടുക്കുന്ന കുളമ്പടികൾക്ക് കാതോർത്ത്...

വീൽചെയർ

പ്രസവ വേദനയാൽ പുളയുന്ന ഭാര്യയെ ആശ്വസിപ്പിക്കുന്നതോടൊപ്പം ഇടയ്ക്കിടെ അസ്വസ്ഥനായി വെളിയിലേക്ക് നോക്കിക്കൊണ്ടിരുന്നു.

വണ്ടി ഒന്ന് വന്നെങ്കിൽ!

ഒടുവിൽ വണ്ടി വന്നു ചേർന്നു. ഡ്രൈവറുടെ സഹായത്തോടെ അവളെ പട്ടാള ട്രക്കിലെ, കുഷ്യനില്ലാത്ത സീറ്റിൽ കിടത്തി. ദൈവം കാത്തു. വണ്ടി വഴിക്കൊന്നും തകരാറാവാതെ ആശുപത്രിക്കു മുന്നിൽ എത്തി.

ഓ...! സമാധാനം. പോർച്ചിൽ വീൽ ചെയറുമായി അധികൃതർ കാത്തു നിൽപ്പുണ്ട്. ആരാവും ഫോൺ ചെയ്തത്? ദൈവത്തിനു സ്തുതി. പ്രസവ വാർഡും ദൂരെ ആണല്ലോ. വേദനകടിച്ചമർത്തി അവൾ കണ്ണീരൊഴുക്കി. ഞാൻ പറഞ്ഞു.

"ഇനി ഭയപ്പെടാനൊന്നുമില്ല. വീൽ ചെയറിലോട്ട് ഇരുന്നോളൂ..."

ഒരു കയ്യാൽ അടിവയർ താങ്ങി മുന്നോട്ടാഞ്ഞ അവളെ തടഞ്ഞു കൊണ്ട് അധികൃതർ അറിയിച്ചു.

"കേണൽ സാബിന്റെ ഭാര്യ വരുന്നുണ്ടെന്ന് ഫോൺ വന്നിരുന്നു. അവരെ കാത്തിരിപ്പാണ്. നിങ്ങൾ നടന്നോളൂ. ഇത് വഴി പോയാൽ മതി." അവർ ദൂരേക്ക് വിരൽ ചൂണ്ടി.

അന്തരംഗം മന്ത്രിച്ചു. "പ്രസവ വേദനക്കും വലിപ്പ ചെറുപ്പമോ?"

കനത്ത നിശബ്ദത തളം കെട്ടിയ ഇടനാഴിയിൽ ഒരു കുഞ്ഞു കരഞ്ഞു...

ജ്വരഗന്ധം

പനിമണം തളം കെട്ടിനിൽക്കുന്ന വാർഡിലെ കട്ടിലിൽ ചരുണ്ട്, അന്നത്തെ ദിവസത്തെ കുറിച്ച് ഓർത്തെടുക്കാൻ അയാൾ പാടുപെട്ടു.

അസുഖത്തിന്റെ ലക്ഷണങ്ങളിൽ, മണമറിയില്ലെന്നു കൂടി പറഞ്ഞിരുന്നല്ലോ ! ആംബുലൻസിൽ ഊറിനിന്ന മണം കയറ്റി ഇറക്കിയ ജഡങ്ങളുടേതായിരുന്നില്ലേ?

നേരിയ ഞെരക്കത്തോടെ തുറന്ന വെള്ള പൂശിയ വാതിലിനുള്ളിൽ തളം കെട്ടിയ മണമോ? അതിലെപൊള്ളുന്ന ശ്വാസത്തിന്റെ ഗന്ധവും തീഷ്ണമായിരുന്നില്ലേ?

ക്ഷതം വന്ന പഴന്തുണിപോലെ, ഓർമ്മകൾ വിട്ടു നിന്നു. ഏച്ചു കെട്ടാനോ, തയ്ച്ചു ചേർക്കാനോ ആവാതെ.

വരുമെന്ന് അറിയിപ്പുണ്ടായിട്ടും പെട്ടെന്നുറഞ്ഞ മഞ്ഞു പോലെയാണ് ആംബുലൻസ് വീടിനു മുന്നിൽ ഇരമ്പി നിന്നത്. ജീവനുള്ള ഒരു ജഡമായി അയാൾ നടന്നു നീങ്ങി. സ്വയം ചിതയിലേക്ക് കയറുന്ന ഒരു ദേഹമായി.

ആരും പ്രേതമഞ്ചം ചുമന്നില്ല. ആരും വഴികാട്ടിയില്ല. ആരും ഒപ്പമില്ല. കൂട്ടക്കരച്ചിലില്ല.

ആംബുലൻസിന്റെ പിൻവാതിൽ തനിയെ തുറന്നു. അയാൾ ഒന്ന് തിരിഞ്ഞു നോക്കി. ഇരുട്ടിത്തുടങ്ങിയ വീട്ടു വരാന്തയിൽ കൂടി

നിൽക്കുന്ന മനുഷ്യക്കോലങ്ങൾ. അവർക്ക് പിന്നിലെ സന്ധ്യാദീപം നേർത്ത് വന്നു. അവസാനമായി കാണുകയാണോ?

പനിയിൽ ആയിരുന്നു തുടക്കം. പനി, കുരുമുളക്, തുളസി കഷായത്തിലും ചുക്ക് കാപ്പിയിലും മാറാതെ നിന്നു. തൊണ്ട വേദന വന്നത് വഴിയേ. ഓ... സാരമില്ല. ഉപ്പുവെള്ളം കൊണ്ട് ആവി പിടിച്ചാൽ ശരിയാവും. ഈ കൊറോണക്കാലത്തു ആശുപത്രിയിൽ പോകാതിരിക്കാൻ നോക്കാം. അതിനു പിന്നാലെ ചുമയും. ഫോൺ വിളിച്ചവർ തമാശ പറഞ്ഞു. എന്താടോ, കടിക്കുമോ?

കാണിക്കാതിരുന്നൂടാ. കെട്ട കാലമാണ്. മാസ്ക് കെട്ടിയതാണോ എന്തോ, ശ്വാസമെടുക്കാൻ ശ്രമപ്പെട്ടു. ഡോക്ടർ എന്തൊക്കെയോ കുറിച്ചിട്ടു. നേഴ്സ് പറഞ്ഞു. സ്രവം നോക്കേണ്ടിവരും. റിസൾട്ട് വന്നാൽ അറിയിക്കാം. അതുവരെ, കഴിക്കാനുള്ള ചില ഗുളികകൾ... ചീട്ടുകൾ.

സമർദ്ദത്തിന്റെ മണിക്കൂറുകൾ ആയിരുന്നു പിന്നീട്.

ഫലം പോസിറ്റീവ് ആണത്രേ!. കോവിഡ് പോസിറ്റീവ്...

ആകാശം പൊടുന്നനെ തകർന്നു ഭൂമിയിലേക്ക് വീണു. ഭൂമി പിളർന്നു.

ആരോഗ്യ പ്രവർത്തകർ വന്ന വഴിയിലെ അയൽ വീടുകളിൽ ജനലുകൾ താനെ അടഞ്ഞു. അവിടങ്ങളിൽ ഇരുട്ട് വീണു.

അത്യാവശ്യ സാധനങ്ങൾ മാത്രം എടുക്കാൻ നിർദ്ദേശം. വീട് കൂട്ട ക്കരച്ചിലിന്റെ വക്കിൽ. അടുത്തത് ആരാവും എന്ന ചോദ്യം മുഖത്ത്...

“വേഗമാവട്ടെ”... അവർ അക്ഷമ കാട്ടി. നിറഞ്ഞ കണ്ണുകൾ വഴി മുടക്കി. അതാവും കാലിടറിയത്.

ശബ്ദത്തോടെ ആംബലൻസിന്റെ വാതിലുകൾ അടഞ്ഞു. പൊതുവെ നിശബ്ദമായ ഗ്രാമ പാതയിൽ വണ്ടിയുടെ വെളിച്ചം ചിതറി.

ചില്ലുകൾക്കപ്പുറം, റോഡിലേക്കിറങ്ങുന്ന അയൽവാസികളും നാട്ടുകാരും മെലിഞ്ഞുവന്നു.

അരണ്ട വെളിച്ചമുള്ള വിജനമായ ഇടനാഴിയിലൂടെ, പി.പി.ഇ. ധരിച്ച ഒരാൾ വഴികാട്ടി. ഒരിടത്തു, വീൽചെയറുകളും, കറുത്ത പ്ലാസ്റ്റിക് ഷീറ്റുകൾ എന്നിവ കുമ്പാരം കൂട്ടിയിരുന്നു.

ഭക്ഷണത്തിനു രുചിയുണ്ടായിരുന്നില്ല. കട്ടിലിനു മുന്നിലെ ചുമർ ശൂന്യമായിരുന്നു. അദൃശ്യമായ ഒരു തീയതി എഴുതി വെച്ച പോലെ തോന്നി. മച്ചിൽ ഉത്തരം താങ്ങി ഒരുപല്ലി ചത്തപോലെ കിടന്നു.

ചിന്തകൾ വല നെയ്യാനൊരുങ്ങി. ഇനിയൊരു തിരിച്ചുപോക്ക് സാധ്യമാണോ? മൂന്നു റിപ്പോർട്ടും നെഗറ്റീവ് ആവുമോ? ആയില്ലെങ്കിലോ? ചികിത്സ പാഴായാലോ?

ആരും കാണാതെ, ആരെയും കാണാതെ ഇടനാഴിയിൽ കണ്ട കറുത്ത ഷീറ്റിൽപൊതിഞ്ഞു, എവിടെയോ തള്ളുന്ന ചിത്രം തെളിഞ്ഞു.

വീട്ടിലേക്ക് ഒരു ഫോൺകോൾ.

അയാൾ പോയി. ആശുപത്രി കടലാസുകൾ എത്തിച്ചുതരാം.

പി.പി.ഇ. ധരിച്ച രണ്ടു രൂപങ്ങൾ അടുത്തേക്ക് വരുന്നു...

ക്ലെയിം

ഒരു റോഡപകടത്തെ തുടർന്ന് മേജർ സർജറി കഴിഞ്ഞു കിടക്കുന്ന സുഹൃത്തിന് തുണയായി ആശുപത്രിയിൽ ആയിരുന്നു മൂന്നാലു ദിവസമായിട്ട്. ഈ ചെറിയ ദിവസങ്ങൾ കൊണ്ട് വല്ലാതെ ചുരുങ്ങി പോയിട്ടുണ്ട് സുഹൃത്ത്. ഐ.സി.യു.വിൽ നിന്നും ഇന്നലെ മുറിയിലേക്ക് മാറ്റിയതേ ഉള്ളൂ.

ആന്റിബയോട്ടിക്കുകൾ കൊണ്ടും, വേദനകൾ കൊണ്ടും കടുത്ത ക്ഷീണമുണ്ട്. നട്ടെല്ലിന് ക്ഷതവും, തലക്ക് പൊട്ടലും ഉണ്ട്. അപകട നില തരണം ചെയ്തു എന്ന് ഡോക്ടർ പറഞ്ഞിട്ടുണ്ട്. വല്ലപ്പോഴും മയക്കത്തിൽ നിന്നും ഉണരുകയും, ഉടനെ കണ്ണുകൾ പാതിയടഞ്ഞ വിധം മയക്കത്തിലേക്ക് വീഴുകയും ചെയ്യുന്നു.

ഒരു പറ്റം അടുത്ത സുഹൃത്തുക്കളുടെ സന്ദർശനം ഉത്തേജനമേകിയ പോലെ കാണപ്പെട്ടു. അവർ ഒന്നടങ്കം കട്ടിലിനു ചുറ്റും ഒന്ന് ചേർന്നു. ചിലർ ആശ്വാസവാക്കോതിയും, സെൽഫി എടുത്തും, തമാശകൾ പങ്കുവെച്ചുമിരുന്നു. ചിലർ മൊബൈലുമായി മാറിനിന്നു.

സുഹൃത്ത്, സീലിങ്ങിൽ പകുതിയടഞ്ഞ കണ്ണും നട്ട് കിടക്കുകയാണ്. മുകളിലെ കുപ്പികളിൽ നിന്നും ഇറ്റു വീഴുന്ന മരുന്ന് തുള്ളികളിലൂടെ ശബ്ദം അയാൾ മാത്രം കേൾക്കുന്നുണ്ടാവണം.

ഹോസ്പിറ്റലിന്റെ പേരും പെരുമയും, ചികിത്സാ ചിലവുകളും, ഡോക്ടർമാരുടെ പ്രശസ്തിയുമൊക്കെ അവിടെ സംസാര വിഷയമായി. ചിലർ അവരുടെ കച്ചവട കണ്ണുകളെ പറ്റി വാചാലരായി.

ആരോ ഇടയ്ക്ക് ചോദിച്ചു. "ഹോസ്പിറ്റൽ ബിൽ ക്ലെയിം കിട്ടുമോ?"

"കിട്ടും... കിട്ടും, ഇസിഎച്ചസ്സാ..."

"ഓ... എന്നാൽ പ്രശ്നമില്ല"

സുഹൃത്ത് അനങ്ങാതെ ഞെരങ്ങി. വേദനകൊണ്ടാവും. ഒരു ക്ലെയിമിനും കുറക്കാൻ കഴിയാത്ത മറ്റൊരു വേദന പേറി അമ്മ അരികത്തു നിന്നു.

മോതിര വളയം

ഒളിമ്പിക് മെഡൽ നാട്ടിലെത്തിയതിന്റെ ഉത്സാഹത്തിമർപ്പിലായിരുന്നു ഗ്രാമം മുഴുവനും ഇന്നലെ. കൊയ്ത്തു കഴിഞ്ഞ വിശാലമായ ഗോതമ്പു പാടങ്ങൾ അതിന്റെ അവശിഷ്ടം പേറി മുഷിഞ്ഞു കിടന്നു. ആളൊഴിഞ്ഞ അഖാഡകളും, ഇനിയും അഴിച്ചുമാറ്റാൻ ബാക്കിയുള്ള ടെന്റുകളും, ഷാമിയാനകളും, അഭ്യാസപ്രകടനത്തിന്റെ ഭാഗമായി മറിഞ്ഞു വീണ ട്രാക്ടറും, വിദൂരങ്ങളിൽ നിന്നെത്തിയ നാടോടികളും അവിടവിടെയായി ഇപ്പോഴും ഉണ്ട്.

ആഘോഷം... അതേറെ നീണ്ടില്ല. സോഷ്യൽ മീഡിയയിലൂടെ പരന്ന മറ്റൊരു ചിത്രവുമായി ആൾക്കാർ പരക്കം പാഞ്ഞു. ഒടുവിൽ, ഗ്രാമമുഖ്യനായ രാംപാൽ ഫൗജിയും അതു കണ്ടെന്നു വരുത്തി. കാശ്മീരിലെ ഒരു കുഗ്രാമത്തിൽ, തീവ്രവാദ വേട്ടക്കിറങ്ങിയ ഒരു പട്ടാളക്കാരനെ, സ്വന്തം ജനതയെന്നു പറയുന്ന ആൾക്കൂട്ടം തല്ലുന്ന ചിത്രം!

“എകെ. 47 അല്ലേ അവന്റെ കയ്യിൽ? അതോ സ്നിപ്പറോ? ഒന്നൂടെ കാണിക്ക്”. മൊബൈൽ ഫോണിന്റെ സൂത്റങ്ങളറിയാത്ത അയാൾ കണ്ണുകൾ പാതിയടച്ച്, ഒന്നുകൂടി അത് കണ്ടു. നരച്ചുറച്ച തന്റെ മീശത്തുമ്പിൽ നനവ് പൊടിഞ്ഞതു പോലെ അയാൾക്കു തോന്നി. ആൾക്കൂട്ടം മുറുമുറുത്തും, ഒച്ചവെച്ചും അസ്പഷ്ടമായ അഭിപ്രായങ്ങൾ വിളമ്പി.

വേപ്പുമരത്തണലിൽ കൂടിയ നൂറുക്കണക്കിന് ആൾക്കൂട്ടത്തോട് അയാൾ പറഞ്ഞു. “ഗ്രാമവാസികൾക്ക് അവൻ ചീത്തപ്പേരുണ്ടാക്കി.

അവൻ എന്റെ പേരക്കുട്ടിയാണെന്നു നോക്കേണ്ട. അവനീ ഗ്രാമത്തിലിടമില്ല. വേപ്പുമരത്തറയിൽ നിന്നും താഴേയിറങ്ങുമ്പോൾ അയാളുടെ കാലിടറി.

എഴുപതുകളിലെ പാക്ക് യുദ്ധം ജയിച്ച സിഎമ്മും (കാർബൈൻ മെഷീൻ) മുന്നൂറ്റി മൂന്ന് റൈഫിളും അയാളുടെ മനസ്സിൽ തുടരെ വെടിയുതിർത്തു. എ.കെ.യും ഗ്രാനൈഡും, ആവശ്യത്തിന് തിരകളും പേറി നടക്കുന്നവനെ... ഛെ!. അവനെ ഭീരുവെന്ന് ചിലർ വിളിച്ചു. യുദ്ധത്തിൽ വീരചക്രം നേടിയ രാംപാൽ ഫൗജിയുടെ രക്തത്തെ! കുടുംബത്തിനേയും, ഗ്രാമത്തിനെയും, രാജ്യത്തിനെയും അവൻ കളങ്കപ്പെടുത്തി. അവനെ ഇപ്പോൾ കയ്യിൽ കിട്ടണമായിരുന്നു. വയൽ വരമ്പുകളിൽ വീണ്ടും വീണ്ടും അയാളുടെ കാലിടറി. അവനിപ്പോൾ എവിടെയാവും? മനസ്സ് കലങ്ങി മറിഞ്ഞു.

ത്രിവർണം പുതപ്പിച്ച പെട്ടിക്കുള്ളിൽ വിതറിയിരുന്ന ദേഹകഷ്ണങ്ങൾ വീണ്ടും ഒന്നു ചേർന്നു. പട്ടാളബൂട്ടുകൾ ഒറ്റത്താളത്തിൽ നടന്നടുക്കുന്നതും, താൻ കിടക്കുന്ന പെട്ടിക്കു മുന്നിൽ പെടുന്നനെ, ശബ്ദത്തോടെ നിലയ്ക്കുന്നതും ആ ഭടനറിഞ്ഞു. തനിക്കു മുകളിൽ ത്രിവർണ്ണം പുതയുന്ന കാഴ്ച അയാൾ കണ്ടു. അതല്ലേ ഇന്നലെ അവർ കത്തിച്ചത്? സയിദ് ബാഗിനടുത്തുള്ള കത്തിമുനപോലെ കൂർത്ത മേൽക്കൂരയുള്ള വീടിനു മുകളിൽ നിന്ന്. അവിടുന്നാണല്ലോ രണ്ട് തീവ്രവാദികളെ ഞാൻ വെടിവെച്ചിട്ടത്. അവർ താഴെ വീണ് നിശ്ചലരായെന്ന് ഗൗതം ആംഗ്യം കാട്ടിയിരുന്നു. പതിനെട്ടു മണിക്കൂറോളം നീണ്ട ഓപ്പറേഷൻ. ക്ഷീണം തോന്നിയതേ ഇല്ല. വയർലെസ് നിശ്ചലമായി. ക്ലിയറിങ്ങ് ഓഫ് കഴിഞ്ഞു. വണ്ടിയിറങ്ങാത്ത താഴ്‌വാരത്തിൽ ചുറ്റി നടന്നു വേണം കയറാൻ.

അഴുക്കു പുരണ്ട, പാറിപ്പറന്ന വേഷത്തോടെ അയാൾ നീങ്ങി. തെരുവ് നായ്ക്കളും, ഇരുകാലി ചെന്നായ്ക്കളും, അയാളെ വളഞ്ഞു. ആരോ, അയാളെ തല്ലി. പട്ടാള ഉടുപ്പിൽ പിടിച്ചുലച്ചു. തോളിലെ നിറതോക്കും നിരവധി തിരകളും ചലനമറ്റു കിടന്നു.

അയാളുടെ സിരകളിൽ മുത്തച്ഛൻ പകർന്ന പാഠത്തിന്റെ താളുകൾ മറിഞ്ഞു.

താഴ്‌വര ഒരിക്കൽ കൂടി ഇരമ്പി.

ഇരമ്പലിൽ ചിതറിത്തെറിച്ച ആൾക്കൂട്ടത്തിലെ ഒരു കൈവിരലിൽ, ഗ്രനേഡിന്റെ സേഫ്റ്റി പിൻ, മോതിര വളയം പോലെ കിടന്നു.

പ്രളയം നടന്ന വഴികൾ

വഴിയിലുടനീളം കണ്ണ് പറിക്കാതെ ഇരു പുറവും നോക്കി കാണുകയായിരുന്നു ഞാൻ. അവിടം വളരെ വിചിത്രമായി തോന്നി. പിന്നിട്ട വഴികളിലും, ഇപ്പോഴും യാതൊരു വ്യത്യാസമില്ലാത്ത ഭൂമിയിലൂടെയാണ് ജീപ്പ് ഓടിക്കൊണ്ടിരുന്നത്. ഒരു കപ്പൽ യാത്രക്കാരൻ കടലിനെ കാണുന്നപോലെ. കപ്പൽ പിന്തള്ളുന്ന നരക്ക് പകരം ഇവിടെ റോഡാണ് എന്ന അന്തരം മാത്രം. ഇരുഭാഗങ്ങളിലും കണ്ണെത്തും ദൂരത്തിൽ, മണൽപരപ്പ തന്നെ. ഉയരമില്ലാത്ത പതിഞ്ഞു കിടക്കുന്ന സീപ്പ് ചെടികളും, കൊച്ചു കൊച്ചു മുൾച്ചെടികളും. മനുഷ്യ ജീവിയോ, മൃഗങ്ങളോ മറ്റു വാഹനങ്ങളോ ഒന്നും കണാനുണ്ടായിരുന്നില്ല എന്റെ ലക്ഷ്യം അടുത്തെത്തുന്നുവെന്ന് മൈൽ കുറ്റികൾ അറിയിച്ചു കൊണ്ടിരുന്നു. അകലങ്ങളിൽ മേയുന്ന കണ്ണുകളെ ഞാൻ ഡ്രൈവറിലേക്ക് മാറ്റി. അയാൾ, റോഡിൽ കണ്ണ് നട്ട് ആക്സിലേറ്ററിൽ കാലമർത്തിയിരുന്നു. എന്റെ ചോദ്യങ്ങൾക്ക് റോഡിൽ നിന്നും ശ്രദ്ധ മാറ്റാതെ അയാളുത്തരം പറഞ്ഞു. ഞാൻ വീണ്ടും കണ്ണുകളെ മേയാൻ വിട്ടു. പിന്നിട്ട വഴിയിൽ, കുറെ സ്ഥലം ഉഴുതിട്ട മണലും, മരത്തണലിൽ വിശ്രമിക്കുന്ന ഒരു ഒട്ടകത്തെയുമാണ് കാണാൻ കഴിഞ്ഞത്. ജീപ്പ് നിർത്തി ഇത്തിരി നേരം നോക്കാമെന്നായിരുന്നു മനസ്സിൽ. പറയാനൊരുങ്ങി, പിന്നെ തോന്നി വേണ്ട. ഇനിയും വല്ലതും വരാതിരിക്കില്ല. ഒരു വീടോ, കുടിലോ ഗ്രാമമോ ഇല്ലാത്ത ഇവിടെ കൃഷി ചെയ്യുന്നത് ആരാവും? എങ്ങനെ ഇവ സംരക്ഷിക്കും? വെള്ളവും തണലും വേണ്ടാത്ത കൃഷി കാലാവസ്ഥയെ ആശ്രയിച്ചായിരിക്കുമോ? എന്തോ...

ജീപ്പ് ഒന്നുലഞ്ഞു. ബ്രേക്കിട്ടതാണ്. മുന്നിൽ റോഡ് മുറിച്ചു കടക്കുന്ന പശുക്കൂട്ടങ്ങൾ. നൂറു കണക്കിന് വരുമെന്ന് തോന്നി. തടിച്ചു കൊഴുത്തു വീർത്ത അകിടുമായി മെല്ലെ നടന്നു നീങ്ങുന്നു. 'അമ്മ പറഞ്ഞു കേട്ടിട്ടുള്ള ലക്ഷണമൊത്ത പശുക്കൾ. നെറ്റിയിൽ വെള്ളച്ചുട്ടി, നിലത്തിഴയുന്ന വാൽ, ഞൊറി വീണ വീതിയേറിയ കഴുത്ത്. മുതുകിൽ ഭാരം പേറുന്ന കൂറ്റൻ കാളകൾ. എനിക്ക് അത്ഭുതമായിരുന്നു. ഇവയൊക്കെ ഒരു വീട്ടിൽ! ഒരാൾക്ക് കീഴിൽ... പിറകിൽ ഒരിടയൻ... എന്റെ മനസ്സും കണ്ണും ഓട്ടുകയായിരുന്നു. ഡ്രൈവർ പാതയോരത്തു നിന്നും, ഒരു കമ്പൊടിച്ചു അവയെ ഓടിക്കുന്നുണ്ട്. വെളിയിലിറങ്ങി, ഒരു സിഗരറ്റു പുകച്ചു ഞാൻ ദൂരേക്ക് നോക്കി. ഇനിയും ഒരുപാടെണ്ണമുണ്ട്. വഴിയിൽ മണൽ ഉയർന്നു പൊങ്ങി. തിരികെ വന്ന ഡ്രൈവറോട് ഞാൻ തിരക്കി.

"ഇവിടെ അടുത്ത് വല്ല ഫാമോ മറ്റോ?" ഇത്രയധികം പശുക്കളെ ഒരുമിച്ച് ഇതുവരെ കണ്ടിട്ടില്ല.

"കാട്ടുപശുക്കളാണ്". അയാൾ പറഞ്ഞു. "അലഞ്ഞു നടക്കുന്നവ"

ഞാൻ മനസ്സിൽ കുറിച്ചു. കാട്ടു പശുക്കൾ? ഞാൻ ആദ്യമായി കേൾക്കുകയാണ്. കുഞ്ഞുനാളിൽ ഞാനോമനിച്ച കാർത്തുവിനെയാണ് ഞാനടുത്തറിഞ്ഞത്. എന്റെ മൗനം കണ്ടാവണം ഡ്രൈവർ പറഞ്ഞു. "എന്നോ വീടൊഴിഞ്ഞുപോയ ഗ്രാമീണരുടേതാണ്. അവരേറെ ദൂരം കടന്നുപോയി. ഇവ ഇവിടെ പെറ്റുപെരുകി." എന്റെ ഉള്ളിൽ എന്തോ പുളഞ്ഞു. ഒരു നിമിഷം ഞാൻ അവരെപ്പറ്റി ഓർത്തു. വളർത്തു മൃഗങ്ങൾ വട്ടിലെ ഒരംഗം. വീടൊഴിഞ്ഞു പോകുമ്പോൾ അവരെന്തു ചെയ്യും? ആരാണ് യഥാർത്ഥ കുറ്റവാളികൾ? ഈ മിണ്ടാപ്രാണിയോ അതോ സ്വാർത്ഥത മാത്രം കണ്ട് അവരെ പോറ്റുന്നവരോ. വീടൊഴിഞ്ഞു പോകുന്നവരോ, അതോ ഒഴിപ്പിക്കുന്നവരോ? അങ്ങനെയെങ്കിൽ ഇനി കാട് കയറേണ്ടി വരുന്ന നൂറുക്കണക്കിന് പശുക്കളുടെ ഉത്തരവാദി ഞാനല്ലാതെ ആരാവും? ഇവയ്ക്ക് ശപിക്കാൻ അറിയുമോ എന്തോ? സുലൈമാന്റെ കയ്യിൽ നിന്നും കുതറി, അമറിക്കൊണ്ട് തിരികെ വന്ന കാർത്തുവും അകായിലിരുന്നു കണ്ണ് തുടച്ച അമ്മയും ഒരുമിച്ചു മുന്നിലെത്തി.

ജീപ്പ് വീണ്ടുമിളകി. വെയിലിനു നല്ല ചൂടായിരുന്നു. ചിലയിടങ്ങളിൽ പുൽക്കൊടികൾ പോലുമില്ലാത്ത മൺകൂനകൾ കാണുന്നുണ്ട്. അവയുടെ മുകളിൽ ചെന്ന് ലോകം കാണണം. കൊച്ചു കുട്ടികളെ പോലെ തല കുത്തി മറിയണം. മണലിൽ നീന്തി മേലോട്ട്. വീണ്ടും താഴോട്ട്. ഞാനറിയാതെ ചിരിക്കുകയായിരുന്നു. ജീപ്പ് ഒരു ചെറിയ

വളവ് എടുത്തെന്ന തോന്നി. പിന്നിൽ. പശുക്കുട്ടങ്ങൾ ഏറെ അകലെയായി. മുൾച്ചെടികൾ കയറ്റിയ ഒട്ടക വണ്ടികൾ മണൽ ചരിവിലൂടെ മറഞ്ഞു. അടുത്ത ഗ്രാമം അകലെയാവില്ല. ഞാൻ വാച്ചിൽ നോക്കി. മൂന്ന മണിക്കൂറോളമായി പുറപ്പെട്ടിട്ട്. പോരാൻ നേരത്തു അയ്യർ പറഞ്ഞതോർത്തു." എ ടോട്ടലി അൺഡെവലപ്പഡ് ഏരിയ" അയ്യർക്ക് പത്തു പതിനഞ്ചുവർഷം മുമ്പുള്ള അറിവല്ലേ എന്നായിരുന്ന എന്റെ ഉള്ളിൽ. ഇന്നും ഒട്ടും വ്യത്യാസമില്ലെന്നറിവ് അമ്പരപ്പെടുത്തി. പതിനഞ്ചു കൊല്ലം മുമ്പുള്ള എന്റെ ഗ്രാമം. അത്രയും പഴക്കമുള്ള ജോലിസ്ഥലമായ ദൽഹി. അന്ന് പതിനഞ്ച് നിലയുള്ള കെട്ടിടങ്ങൾ ഒന്നും ഉണ്ടായിരുന്നില്ല. ഓഫീസിൽ നിന്നും താഴോട്ട് നോക്കുമ്പോൾ കാണാം. ഓടയിലെ പുഴുക്കളെ പോലെ ഇഴയുന്ന മനുഷ്യർ. കരിപ്പുക ഉയർത്തി കിതക്കുന്ന തീവണ്ടിയും വാഹനങ്ങളും. ചുവന്ന കോട്ടക്ക് മുന്നിൽ ഒഴിഞ്ഞു കിടക്കുന്ന വിശാല മൈതാനം. പാലം വിമാനത്താവളത്തിലേക്ക് ഒഴുകിയിറങ്ങുന്ന വിമാനങ്ങൾ. ഇന്നെല്ലാം തനിക്ക് മുകളിൽ. നാല് ചുറ്റുമുയർന്ന ബഹുനില കെട്ടിടങ്ങൾ. മിനുട്ട് വച്ചുയരുന്ന വിമാനങ്ങൾ. ഫ്ളൈ ഓവറുകൾ തിങ്ങിപ്പാർക്കുന്ന ജനങ്ങൾ. ഇവിടെ ഇത്രയും ദൂരം പിന്നിട്ടിട്ടും ഒരു മനുഷ്യ ജീവിയേയും കണ്ടില്ല. അല്പം മുമ്പ് കടന്നുപോയ ഒട്ടക വണ്ടികളിൽ ഉണ്ടായിരുന്നത് മനുഷ്യപ്പുഴുവായിരുന്നില്ലേ?

"സാർ സ്ഥലമെത്തി.'-ഡ്രൈവറാണ്. ജീപ്പ് നിശബ്ദമായി. അല്പം തടിച്ച പകുതിയിലേറെയും നരച്ച ഒരാൾ വെളുക്കെ ചിരിച്ചുകൊണ്ട് പരിചയപ്പെടുത്തി.

"യു ആർ വെൽകം സർ. ഐ ആം നരേഷ് ഗുപ്ത." അയാൾ ഇരുകൈകളും ചേർത്ത് പിടിച്ചു. "ഡൽഹിയിൽ താങ്കളുടെ കൂടെ ഉണ്ടായിരുന്നു. അഞ്ചെട്ട് കൊല്ലം മുമ്പ് അയാൾ ഇംഗ്ലീഷിലും ഹിന്ദിയിലും നിർത്താതെ പറഞ്ഞു കൊണ്ടിരുന്നു. ഓർമ്മച്ചെപ്പിൽ നിന്നും ഞാൻ നരേഷ് ഗുപ്തയെ തിരയുകയായിരുന്നു. ഫ്ളാസ്കിൽ നിന്നും ചായ പകർന്ന് തരുമ്പോൾ അയാൾ പറഞ്ഞു. "ക്ഷമിക്കണം സർ, തിരിച്ചു പോകാതെ നിവൃത്തിയില്ല. വേറെ വഴിയില്ല." ഞാനത്ഭുതപ്പെടുകയായിരുന്നു. ഇതിനിടയിൽ ഇങ്ങനൊരു കാര്യം അയാൾ സംസാരിച്ചിരുന്നോ? എന്തിന്? വിശാലമായ തരിശ്ശിൽ കിടന്നുരുളാനുള്ള എന്റെ മോഹങ്ങൾക്ക് വിലങ്ങു വെക്കുകയല്ലേ ഇയാൾ ചെയ്യുന്നത്? ഞാൻ ഗുപ്തയുടെ നേരെ നെറ്റി ചുളിച്ചു. അയാൾ പറയുകയാണ്.

"അതല്ലാതെ വേറൊരു മുറിയും താങ്കൾക്ക് താമസിക്കാൻ പറ്റിയതല്ല. അതാണെങ്കിൽ കാറ്റിൽ നിലം പൊത്തുകയും ചെയ്തു. രണ്ടു മൂന്നു ദിവസം തുടർച്ചയായി അവധി ആയിരുന്നല്ലോ. അതിനാൽ ജോലിക്കാരും ഉണ്ടായിരുന്നില്ല. എങ്ങനെ ധൃതി വെച്ചാലും ഒരാഴ്ച്ചയെങ്കിലും കഴിയാതെ..." ഞാനൊന്നും ശ്രദ്ധിക്കുന്നില്ലെന്നു തോന്നിയത് കൊണ്ടാവാം ഗുപ്ത നിർത്തി. ആവി പറക്കുന്ന ചായ ഊതിക്കൊണ്ട് ഞാൻ അകലേക്ക് നോക്കി ഞാൻ പറഞ്ഞു.

"എന്തായാലും ഇവിടെ കഴിയുന്നത് ഹരമായിരിക്കും." ഗുപ്തയുടെ മനസ്സ് വായിക്കാൻ എനിക്ക് കഴിയുന്നുണ്ടായിരുന്നു. കിറുക്കനെന്നോ മറ്റോ അയാൾ പറയുന്നുണ്ടാവും. എന്നെ നേരത്തെ അറിയുമെന്ന തിനാൽ, ഏറെ നിർബന്ധിക്കാനും അയാൾ മെനക്കെടില്ല. ഗുപ്ത വിടുന്ന ലക്ഷണമില്ല. അയാൾ പറഞ്ഞു.

"ഐ നോ സർ. ഡെയിലി അപ്പ് ആൻഡ് ഡൗൺ ഈസ് എ ബിഗ് പ്രോബ്ലം. ബട്ട് ദേർ ഈസ് നോ അദർ വേ... സൊ..." ഗുപ്തയുടെ ചുമലിൽ കൈ വെച്ച് അൽപം ദൂരെ മാറി ഞാൻ പറഞ്ഞു. "നമ്മളൊക്കെ വീടൊഴിപ്പിക്കുന്നവരല്ലേ? നാല് ദിവസം വീടില്ലാതെ കഴിഞ്ഞു നോക്കാം. ഐ ക്യാൻ മാനേജ് എനിവേ." ഗുപ്തയുടെ മുഖം മ്ളാനമായെന്നു തോന്നി. അയാൾ പറഞ്ഞു. "എങ്കിൽ പിന്നെ..." എനിക്കുള്ള ഉത്തരം കിട്ടിക്കഴിഞ്ഞിരുന്നു. അയാളുടെ നിസ്സഹായത അറിയിക്കാനുള്ള തീവ്ര ശ്രമം ഞാൻ കണ്ടു. എന്റെ ബ്യൂറോക്രറ്റിക് മാന്യതക്ക് കോട്ടം തട്ടുമോ എന്ന സന്ദേഹമാവാം അയാളുടെ മുഖത്ത്.

റോഡിൽ നിന്നും അൽപം മാറി ഒരു താഴ്ച്ചയിലായിരുന്നു താമസ സ്ഥലം. ഗുപ്ത പറഞ്ഞു.

"കോൺട്രാക്ടറുടേതാണ്. താങ്കൾ നിർബന്ധം പിടിച്ചാലോ എന്ന് ഞാൻ ഊഹിച്ചു.

ചാണകവും മണ്ണും ചേർത്തു മെഴുകിയ ചുമരുള്ള കുടുങ്ങിയ ഒരു മുറി. ഉള്ളിൽ തളം കെട്ടി കിടന്ന തീക്ഷ്ണ ഗന്ധം. വാതിലില്ല. ഒരു കട്ടിൽ, മേശ കസേര മേശപ്പുറത്ത് ഗ്യാസ് വിളക്കും, കരി പിടിച്ച ചില്ലുള്ള ഒരു റാന്തലും. മുറിക്ക് വൃത്തിയുണ്ട്. അന്തി മയങ്ങാൻ ഇത് ധാരാളം. എന്റെ മനസ്സ് പറഞ്ഞു. പുറത്തു വന്നു മണൽക്കുന്നുകളിലേക്ക് നോക്കി. നിഴലിനു ദൈർഘ്യം കൂടിയിരുന്നു. പത്തു പതിമൂന്നു വയസ്സ് തോന്നിക്കുന്ന ഒരു പയ്യനെ ചൂണ്ടി ഗുപ്ത പറഞ്ഞു.

"ഇവൻ കാനാറാം. സാറിന്റെ കൂടെയുണ്ടാകും. ഓഡെർലിയും സഹായിയുമായിട്ട്. ഇവറ്റക്ക് വൃത്തി കുറവാണ്. പക്ഷേ

വിശ്വസിക്കാം." അഴുക്കു പിടിച്ച വെള്ളയെന്നു തോന്നുന്ന കുർത്തയും പൈജാമയും, തേഞ്ഞ ചെരിപ്പും. കാനറാമിനെ ഞാൻ മനസ്സിലിട്ടു നെയ്തു. കാനാ എന്ന കൃഷ്ണനും, രാം എന്ന രാമനും, കൃഷ്ണ രാമൻ. അല്ല, രാമകൃഷ്ണൻ. നാട്ടിൽ ഈ പ്രായമുള്ള കുട്ടികളിൽ സങ്കൽപ്പിക്കാൻ പോലും കഴിയാത്ത പേര്. അല്ലെങ്കിൽ ഏത് കാര്യത്തിലാണ് ഇവിടം, എന്റെ നാടുമായി പൊരുത്തപ്പെടുന്നത്? ഗുപ്ത യാത്ര പറഞ്ഞു പിരിഞ്ഞു. സൂര്യൻ മണൽക്കുന്നുകൾക്ക് പിന്നിലൊളിച്ചപ്പോൾ കുളിരു വീണു. ഇനി ഇന്ന് കുളി വേണ്ട. നാടും കാലാവസ്ഥയും മാറിയതല്ലേ. ബാഗിൽ നിന്നും ബിസ്ലറിയുടെ കുപ്പിയെടുത്തു വായിലേക്ക് കമിഴ്ത്തി. അങ്ങനെ മിനറൽ വാട്ടറും തീർന്നിരിക്കുന്നു. ഇനിയുള്ള വെള്ളം കാനാറാം വഴി. ചുമരിൽ തൂക്കിയിട്ടിരുന്ന മുഷിഞ്ഞ വാട്ടർ ബാഗിൽ നിന്നും അവൻ വെള്ളമൊഴിച്ചു. മണലിന്റെ നിറമുള്ള വെള്ളത്തിന് മുമ്പിൽ ശങ്കിച്ചു നിൽക്കുമ്പോൾ അയ്യരും, ഗുപ്തയും എന്നെ നോക്കി ചിരിക്കുന്ന പോലെ തോന്നി.

പുലരി ശീതം പുതച്ചിരുന്നു. ദൂരക്കാഴ്ചകൾ അവ്യക്തമാണ്. മൂടൽമഞ്ഞു വീണ കടൽപോലെ. സീപ്പ് ചെടികളുടെ നേരിയ തണ്ടിൽ മുത്ത് കോർത്ത പോലെ മഞ്ഞുതുള്ളികൾ ഒട്ടിക്കിടന്നു. വാച്ചിന്റെ ചില്ലിൽ വെള്ളത്തിന്റെ നേർത്ത പാട. സമയം ഏഴോടടുത്തിരിക്കുന്നു. കിഴക്ക് ഏതെന്ന് തിരിച്ചറിയാറായിട്ടില്ല. കുറെ കൂടി കഴിഞ്ഞിറങ്ങിയാൽ മതിയായിരുന്നു. തലയിലെ രോമത്തൊപ്പി ഒന്നുകൂടി ഉറപ്പിച്ചു. രാത്രിയുറക്കം തീരെ ശരിയായില്ല. കുറെ നേരം തിരിഞ്ഞും മറിഞ്ഞും കിടന്നു. ഉറക്കം വരാതെയായപ്പോൾ പ്രൊജക്ട് റിപ്പോർട്ടിലൂടെ ഒന്ന് കണ്ണോടിക്കാമെന്നു കരുതിയതാണ്. ഗ്യാസ് ലൈറ്റിന്റെ പ്രകാശം തീരെ പോരെന്നു തോന്നി. കമ്പ്യൂട്ടർ പ്രിന്റിലും നല്ലത് ടൈപ്പ്റൈറ്റർ പ്രിന്റിങ്ങ് ആണ്. വായിക്കാൻ ബുദ്ധിമുട്ടില്ല. പ്രത്യേകിച്ച് വെളിച്ചം കുറഞ്ഞ അവസരങ്ങളിൽ. പട്ടണങ്ങളിലെ പോലെ ഇവിടെ നിരന്തരം ഒച്ചപ്പാടും ബഹളങ്ങളും ഇല്ല. കത്തുന്ന ഗ്യാസ് ലൈറ്റിന്റെ സീൽക്കാരം മാത്രം. അക്ഷരങ്ങളിൽ ചിത്രങ്ങൾ നിറഞ്ഞു കിടന്ന പോലെ. അവ തന്നോട് പല ചോദ്യങ്ങളും ചോദിക്കുന്നു. ഒഴിപ്പിക്കാനുള്ള ഗ്രാമത്തിന്റെ തേങ്ങൽ. അവിടുത്തെ അശരണരായ ജനങ്ങൾ, പച്ചപ്പുകൾ, സ്കൂളുകൾ, മന്ദിരങ്ങൾ, കൃഷി, വെള്ളം, ഇനിയും കാട് കയറാനിരിക്കുന്ന കന്നുകാലികൾ. അടുത്ത പേജിൽ നോക്കെത്താ ദൂരത്തോളം പരന്നു കിടക്കുന്ന തരിശ്. പ്രൊട്ടക്റ്റഡ് ഏരിയ, ഡിഫെൻസ് ലാൻഡ് എന്ന ബോർഡുകൾ. മണൽ ചരിവിലൂടെ പൊടിയുയർത്തി പാഞ്ഞു പോകുന്ന പട്ടാള

ട്രക്കുകൾ, ദിക്കിനെ ഞെരുക്കുന്ന റേഞ്ചിലെ വെടിമുഴക്കം. വിയർപ്പിൽ കുതിർന്ന കോംബാറ്റ് ഉടുപ്പിട്ട അവശരായ പട്ടാളക്കാർ, ജലാശയ കരയിൽ മയങ്ങുന്ന മുതലകളെ പോലെ കൊച്ചു മരങ്ങൾക്കിടയിൽ ബാരൽ താഴ്ത്തി തണൽ തേടുന്ന കൂറ്റൻ ടാങ്കുകൾ. ചിത്രങ്ങൾക്ക് മങ്ങലേറ്റു തുടങ്ങിയിരുന്നു. വെളിയിൽ, വേപ്പ് മരത്തിന്റെ കീഴിൽ, അയഞ്ഞ ചൂടികട്ടിലിൽ ചുരുളുന്ന കാനാറാം. കട്ടിലിനോട് ചേർന്ന് നിലത്തു കിടക്കുന്ന തടിയൻ നായ. അവനോട് ഒന്നും സംസാരിച്ചിട്ടില്ല. ഹിന്ദി ശരിക്കൊന്നുമറിയില്ലെന്നു തോന്നുന്നു. ഡ്രൈവറുമായി ബാഗ്ടി ഭാഷയിൽ എന്തോ പറയുന്നുണ്ടായിരുന്നു. നല്ല ആകർഷണ ശക്തി ഉണ്ടവന്റെ മുഖത്തിന്. ചെറിയ നെറ്റിയും കൂട്ട് പുരികങ്ങളും. കണ്ണിൽ സുറുമയിട്ട പോലെ. ചിരിക്കാനറിയുന്ന മുഖം. മഞ്ഞ നിറമുള്ള പല്ലുകൾ.

കിഴക്കിന് തിളക്കം കൂടി. സീപ്പ് ചെടികളിൽ നിന്നും മുത്തുകൾ ഇളകി. കാനാറാമിന്റെ കട്ടിലൊഴിഞ്ഞു കിടന്നിരുന്നു. വാതിലില്ലാത്ത മുറിയിലെ സാധനങ്ങളുടെയും ഫയലിന്റെയും സുരക്ഷിതത്വം മനസ്സിനെഅലട്ടി. വാതിൽക്കൽ ആളനക്കം. തലവഴി മൂടിയിരുന്ന പുതപ്പിനുള്ളിൽ നിന്നും ഫ്ളാസ്ക് വെളിയിൽ എടുക്കെ കാനാറാം പറഞ്ഞു. “സാബ് ചായ”. ഗുപ്ത പറഞ്ഞു കാണും. കാന്റീനിൽ നിന്നാവും. ഏലക്കായും, ഇഞ്ചിയും പിശുക്കാതെയിട്ട പഞ്ചസാരയും, ചായയല്ല. - ചായകുഴമ്പ്. ഈ യുദ്ധത്തിൽ കാനാറാം എന്റെ തേരാളിയാണ്. എന്തായാലും പണവും, ഫയലും കൂടെ കരുതുന്നതാവും നല്ലത്.

ഗുപ്ത സമയത്തിനെത്തി. വെളുക്കെ ചിരിച്ച അയാൾ കുശലം നടത്തി. “സാർ എന്തെങ്കിലും പ്രശ്നങ്ങൾ”

ഞാൻ ചുമലു കുലുക്കി.

“രാത്രി എങ്ങനെ”

“നോട്ട് ബാഡ്...” ഞാൻ ചിരിച്ചു

ഗുപ്തയായിരുന്നു ജീപ്പോടിച്ചിരുന്നത്. അയാൾ സംസാരിച്ചു കൊണ്ടിരുന്നു. ഏറെ സംസാരിക്കുന്ന ആൾ ശുദ്ധനായിരിക്കും. അയ്യർ അങ്ങനെപറയാറുണ്ട്. ഔദ്യോഗിക കാര്യങ്ങൾ മറ്റുള്ളവരുടെ മുന്നിൽ വെച്ചു സംസാരിക്കാതിരിക്കാനും, ഇംഗ്ലീഷിൽ തന്നെ വേണമെന്നും ഞാൻ ആവശ്യപ്പെട്ടിരുന്നു. ഉദ്ദേശം എത്ര ശുദ്ധമായിരുന്നാലും സ്വന്തം മണ്ണും വീടും ത്യജിക്കാൻ ആരും ഇഷ്ടപ്പെടില്ല. യാത്ര പുതിയ വഴിയിലൂടെ ആയിരുന്നെങ്കിലും, സ്ഥലങ്ങൾ മുമ്പ് കണ്ടത് പോലെ തന്നെ തോന്നി. വിശാലമായ തരിശ്, കൊച്ചുകൊച്ചു

ചെടികൾ, മൺകൂനകൾ, നിലമുഴുതുന്ന ഒട്ടകങ്ങൾ, പൊരിയുന്ന വെയിലിൽ അവക്കു പിന്നിൽ വിത്തെറിയുന്ന കർഷകൻ.

"അവിടം ഒഴിഞ്ഞു പോയ ഒരു ഗ്രാമമായിരുന്നു." ഗുപ്ത എന്റെ ശ്രദ്ധ തിരിച്ചു. താറിടാത്ത പൊടിമണ്ണിലൂടെ കുലുങ്ങി നീങ്ങുകയായിരുന്നു ജീപ്പ്.

"ഒന്ന് നടന്നിട്ടു വരാം" ഞാൻ ഗുപ്തയെ ക്ഷണിച്ചു. ജീപ്പ് ഒരരികിലേക്ക് മാറ്റിയിട്ട് ഞങ്ങൾ പതുക്കെ നടന്നു. ചൂളയിൽ വേവാത്ത ഇഷ്ടികകൾ ഇളകി വീണ ചുമരുകൾ. മണ്ണിലുറഞ്ഞു കിടന്ന ദ്രവിച്ച പഴന്തുണികൾ, മരുപ്പച്ച തേടിയിറങ്ങിയ കന്നുകാലികൾ. ഉണക്ക ചാണകത്തിന്റെ ഗന്ധം വഴിയുന്ന ഭൂമി. കാൽ ചുവട്ടിൽ മണ്ണ് കരഞ്ഞു. "ഇങ്ങോട്ട് കടക്കരുത്" എന്നാരോ വിലക്കുന്നത് പോലെ. ഇതൊരു പ്രേത ഭൂമിയാണ്.

"ഇവിടെ നൂറിലധികം വീടുകൾ ഉണ്ടായിരുന്നു." ചുറ്റി നടക്കുമ്പോൾ ഗുപ്ത പറഞ്ഞു. "സർക്കാർ നല്ല വില കൊടുത്തിരുന്നു. മിക്കവർക്കും ആശ്വാസമായിരുന്നു.

വെള്ളത്തിന് ക്ഷാമമാണല്ലോ ഇവിടെ പലരും പുതിയ സ്ഥലങ്ങൾ വാങ്ങി. അവരിൽ ലക്ഷപ്രഭുക്കളേറെ. ദുഃഖിതരും കാണാതിരിക്കില്ല."

വെയിലിനു തീയുടെ ചൂട്. ജീപ്പിന് പിന്നിൽ, മൺപുക വീണ്ടു മുയർന്നു. ഡൽഹിയിലും ചൂട് കൂടുതൽ തന്നെ. ഞാനൊന്നുമറിയാറില്ല എന്നതാണ് സത്യം. എ സി. റൂമിൽ നിന്ന് എ സി റൂമിലേക്ക്. കർട്ടൻ മാറ്റി നോക്കിയാൽ കാണാം, റോഡരികിൽ കാശിനു പച്ചവെള്ളം വിൽക്കുന്നവരുടെ മുന്നിൽ നീണ്ട നിര. ബസ് സ്റ്റോപ്പിലും, ബസ്സിലുമിരുന്ന് പത്രങ്ങൾ വിശറിയാക്കുന്നവർ. ഏതാനും മാസങ്ങൾ കൂടി. അത് കഴിഞ്ഞാൽ കൊട്ടും ചൂടിൽ നിന്നും തണിപ്പിൽ നിന്നും മോചനം. കുട്ടികളുടെ കാര്യം ഒന്ന് ശരിയായിക്കോട്ടെ. നാട്ടിലേക്കൊരു ചേക്കേറൽ. ഒരു നീണ്ട വിശ്രമം. നല്ലതും, ചീത്തയുമായ ഫയലുകളിൽ മുഖം പൂഴ്ത്തി നീക്കിയ നീണ്ട സർവ്വീസ് ദിനങ്ങൾ, ഭാര്യ പറയും. ഉം... നാട്... അക്കരപ്പച്ച.

"ആ കാണുന്ന പച്ചപ്പിനിടയിലാണ് നമ്മളുദ്ദേശിക്കുന്ന ഗ്രാമം". ഗുപ്ത എന്നെ ഉണർത്തി. ഒരു കുന്നിനു മുകളിൽ വണ്ടി നിന്നു. വെളിയിൽ ചൂട് പറക്കുന്നു. അകലെ ചായം തേച്ച ചുമരുകൾ ഉള്ള വീടുകൾ. വലത്തോട്ട് മാറി സ്കൂൾ. യൂണിഫോം അണിഞ്ഞ കുട്ടികൾ ഓടിക്കളിക്കുന്നു. ഇടയ്ക്കിടെ ഉയർന്നു പറക്കുന്ന നിറമാർന്നതും, മങ്ങിയതുമായ കൊടികൾ. രാഷ്ട്രീയം? ഏതു പാർട്ടിയുടേതാവും

ഇത്തരം കൊടികൾ? ഗുപ്ത ചിരിച്ചു. “മന്ദിരങ്ങൾ ആണ്. രാമന്റെയും, കൃഷ്ണന്റെയും, ഹനുമാരുടെയും, ദേവിയുടെതുമൊക്കെ...” എന്റെ മനസ്സ് പിടഞ്ഞു. മരുഭൂമി മറി കടക്കുന്നത് പോലെയോ, കടൽ നീന്തിക്കട ക്കുന്ന പോലെയോ ശ്രമകരമാവും ഇതെന്ന് തോന്നി.

സർവ്വേ മാപ്പിൽ ഹൈലൈറ്റ് ചെയ്തു കൊണ്ട് ഗുപ്ത പറഞ്ഞു. “ഇവിടെയാണ് പ്രസ്തുത റേഞ്ച്. ഇവിടെയാണ് ടാർജറ്റും. മിസൈലുകൾ കടന്നു പോകുന്ന വഴി ഗ്രാമത്തിനു മുകളിലൂടെ തന്നെ. എവിടെയെങ്കിലും ഒന്ന് പിഴച്ചാൽ...” കനത്ത പച്ചപ്പിൽ നിന്നും എന്റെ മനസ്സ് ഇനിയും തിരിച്ചു വന്നിട്ടില്ല. അവരെന്തൊ ക്കെയോ സ്വരൂപിച്ചു വെച്ചിരിക്കുന്നു. തേച്ചു മിനുക്കിയ വീടുകൾ, കൃഷിസ്ഥലങ്ങൾ, കച്ചവട സ്ഥാപനങ്ങൾ, സ്കൂളുകൾ, അമ്പലങ്ങൾ, ആശുപത്രികൾ, കന്നുകാലികൾ, ഒട്ടകങ്ങൾ, വീട്ടുവളപ്പിൽ മേഞ്ഞു നടക്കുന്ന മയിലുകളും, നിർഭയരായി ഓടി നടക്കുന്ന മാനുകൾ... പ്രതീക്ഷിച്ചതിലും ഭീകരമാവും കാര്യങ്ങൾ. ഞാൻ ഗുപ്തയെ നോക്കി. അയാൾ മാപ്പിൽ തന്നെ നോക്കിയിരിപ്പാണ്. “ഡിഗ്രി അല്പം മാറ്റി നോക്കിയാലോ?” ഞാൻ ചോദിച്ചു. “പറ്റില്ല സർ. ഇടതു ഭാഗത്താണ് നേരത്തെ പറഞ്ഞ ടൗൺഷിപ്പ്. വലതുഭാഗത്ത് മൈലുകൾ നീളുന്ന ഹൈവേയും.”അയാൾ പെൻസിൽ കൊണ്ട് തല ചൊറിഞ്ഞു. ഏറെ നേരം ഞങ്ങൾ ഒന്നും സംസാരിക്കുകയുണ്ടായില്ല. ഇളകിയ കടൽപോലെ ആയിരുന്നു മനസ്സ്. കൂറ്റൻ തിരമാലകൾ അടിച്ചു യരുന്നു. എന്തൊക്കെയോ തള്ളാനും കൊള്ളാനുമുള്ള കുതിപ്പ്. ഒരു ഭീമൻ തിരമാല കുതിച്ചുയർന്ന് അതി ശക്തിയായി പായുന്നു. അതിലുടയുന്ന മൺകട്ടകൾ. വെള്ളപ്പാച്ചിലിൽ നിലം തൊടാനുഴറുന്ന മനുഷ്യരും മൃഗങ്ങളും. ഉയർന്നൊഴുകുന്ന വൈക്കോൽ കൂനകൾ. കട പുഴകി ഒഴുകുന്ന മരങ്ങൾ. വേവുന്ന ഭൂമിയുടെ ശീല്ക്കാരങ്ങൾ. ഇത് പ്രളയമാണ്. ദ്വാരകയെ മുക്കിയ പോലെ മറ്റൊരു പ്രളയം. “ഇല്ല, വെറൊരു വഴിയുമില്ല.”

“സാറെന്താ പറഞ്ഞത്?”

“ഒന്നുമില്ല”

പറഞ്ഞത് മലയാളത്തിൽ ആണല്ലോ എന്ന് ഞാൻ പലവുരു ഓർത്തു. ഒഴിഞ്ഞ മനസ്സ് ചെകുത്താന്റെ വീടെന്നു കേട്ടിട്ടുണ്ട്. ഉച്ചയുറക്കം ഗുണം ചെയ്യാതിരിക്കില്ല.

ഉറക്കം വന്നതേ ഇല്ല. മനസ്സിൽ വേലിയേറ്റമാണ്. വെയിലിനു ചൂട് കുറഞ്ഞാൽ നടക്കാനിറങ്ങാം. പടിഞ്ഞാറു പഴുക്കുന്ന ഗോളവും. മൺകൂനയും ഒന്നിക്കുന്നിടത്തു. കാനാറാം കൂടെ ഉണ്ടായാൽ നന്ന്.

എന്തെങ്കിലുമൊക്കെ മിണ്ടുകയും ചെയ്യാമല്ലോ. അവന് ആരുമില്ലെന്നുണ്ടോ? മാതാപിതാക്കൾ, ബന്ധുക്കൾ, കൂട്ടുകാർ, പകലും രാത്രിയും ഇവിടെ ഇങ്ങനെ...

"ബാബൂജി"

ആരോ വിളിച്ചെന്നു തോന്നി. കാതോർത്തു. തോന്നിയതാണോ...?" ഇല്ല. ആരുമില്ല. തോന്നിയത് തന്നെ. മെഴുകിയ ചുമരിൽ ശ്രദ്ധ പതിഞ്ഞു. ആരോ പറയുന്നു. "ഞാൻ മെഴുകിയതാണിത്." ഒരു സ്ത്രീ ശബ്ദം അല്ലെ അത്? "അവിടെയാണ് ഞാൻ ഉറങ്ങിയിരുന്നത്.' ഞാൻ തലയുയർത്തി നോക്കി. കാനാറാം കട്ടിലിൽ നായയുമായി സല്ലപിക്കുന്നു. സ്വപ്നത്തിലെന്നറിഞ്ഞിട്ടും ഞാൻ കണ്ണടച്ചു. അവൾ തുടരുകയാണ്.

"ഞാൻ ബിംല"

'വിമല' എന്റെ ചുണ്ടുകൾ ചലിച്ചു.

"ങ്ങു ഹ്ഉം... ബിംല" അവൾ പറഞ്ഞു തുടങ്ങി.

"ബാബൂജി എന്തിനു വന്നതാണെന്ന് എനിക്കറിയാം. ഞാനും ഒഴിക്കപ്പെട്ട ഒരു ഗ്രാമത്തിന്റെ മകളാണ്. എനിക്കൊരു മകനുണ്ടായിരുന്നു." ഞാൻ കണ്ണുകൾ ഇറുക്കിയടച്ചു. എനിക്ക് മുന്നിൽ അവളുടെ ചിത്രം സ്പഷ്ടമാകുകയാണ്. ഇരുകൈകളിലും തോളറ്റം വരെ കൊമ്പു വളകൾ, കണങ്കാൽ തൊട്ടു നിൽക്കുന്ന പാവാട. കണ്ണാടി ചില്ലുകൾ പതിച്ച ഉടുപ്പ്. അവൾ മുഖാവരണം ഒന്നുയർത്തി വലിച്ചിട്ടു. മൂക്കിൽ വലിപ്പമുള്ള വള. മുഖം വ്യക്തമാകുന്നില്ല. കാൽ വിരലുകൾ മണലിൽ പൂണ്ടു കിടക്കുന്നു. അവൾ തുടർന്നു. "രണ്ടു രാവും പകലും താണ്ടി ഞങ്ങൾ എങ്ങോ പോയി. ഒട്ടക വണ്ടിയിൽ വെച്ചായിരുന്നു എനിക്ക് പേറ്റുനോവുണ്ടായതും, മകൻ പിറന്നതും. ഞാൻ ഉണർന്നപ്പോൾ അവനെകണ്ടില്ല. അവൻ ദൃശ്യകമാണെന്നു ആരോ പറഞ്ഞത്രേ. നക്ഷത്രങ്ങളുടെ വെളിച്ചത്തിൽ ഞാൻ അവനെഒരു നോക്ക് കണ്ടതാണ്. അതെ, ബാബൂജി... അവൻ ശരിക്കും ഒരു നക്ഷത്രമായിരുന്നു."

കാനാറാമിന്റെ നായ നിർത്താതെ കുരച്ചു. അവനെന്തോ സ്വരം പുറപ്പെടുവിച്ചപ്പോൾ അത് മുരണ്ടു നിശബ്ദനായി. ബിംല പോയോ? കഥ മുഴുവൻ പറയാതെ? ഞാൻ കാതുകൾ വട്ടം പിടിച്ചു. കൊതുകു വലക്കു വെളിയിൽ മൂളി പറക്കുന്ന നിരവധി ഈച്ചകൾ.

സർപ്പദംശനം

ദുഃഖം കടിച്ചമർത്തി, അത്താഴം കഴിക്കാതെ, മുട്ടകൾക്ക് മീതെ മൂർഖൻ ചുരുണ്ട് കിടന്നു. താടിയെല്ല് ക്ഷതം പറ്റിയ പോലെ വേദനിക്കുന്നു. കടിയിൽ നിന്ന് വേർപെടുത്താൻ ആരോ ബലം പ്രയോഗിച്ചതാണ്...

വേണ്ടായിരുന്നു...

കടിക്കരുതായിരുന്നു. തീർത്തും നന്ദികേട് ആയിപ്പോയി... വെറുതെയല്ല ആൾക്കാർ പറയുന്നത്, തനി മൂർഖന്റെ സ്വഭാവം കാണിക്കുമെന്ന്. അല്ലെങ്കിൽ, നാട്ടുകാർ തല്ലിക്കൊല്ലുമായിരുന്ന രണ്ട് അവസരങ്ങളിൽ രക്ഷപ്പെടുത്തിയ ആളെ കടിക്കുമായിരുന്നോ?

ഭയന്നിട്ടാണ്...

ആൾക്കൂട്ടത്തിന്റെ, തലയോട് തകരുന്ന അടിയെ ഭയന്നിട്ടാണ്... കൊന്നാലും മാറാത്ത പകയോടെ ഉള്ള ആക്രമണത്തെ ഭയന്നിട്ടാണ്.

ചുറ്റിലും നൃത്തം ചവിട്ടുന്ന വിഷക്കാലുകളെ ഭയന്നിട്ടാണ്...

അയാൾ, ആൾക്കൂട്ട ത്തോട് പറയുന്നുണ്ടായിരുന്നു, സർപ്പസൗന്ദര്യത്തിന്റെ വർണ്ണന. അത് കേൾക്കാതെ പോയി...

പേടി കൊണ്ടുള്ള വെപ്രാളം ആണെന്നും, മുട്ടകൾ വിരിയാനുണ്ടെന്നും, അപൂർവമായേ പുറത്തിറങ്ങാറുള്ളൂ എന്നും...

എന്നെ അറിയുന്ന ആളാണെന്ന് ഓർത്തില്ല...

മൂർഖനായി പോയില്ലേ...

വാവയുടെ മണം അറിയാതെ പോയി...

ആ സ്പർശന സുഖം അറിയാതെ പോയി!

ആ കണ്ണുകളിലെ സ്നേഹം കാണാതെ പോയി.

കാരുണ്യത്തിന്റെ തലോടൽ അറിയാതെ പോയി.

ശിവനെ...

വിശന്നിട്ടാണ്...

അലഞ്ഞിട്ടാണ്...

മാളത്തിൽ ഒളിപ്പിച്ച മുട്ടകളെ ഓർത്തിട്ടാണ്...

വല്ല ഇരയും കിട്ടിയിരുന്നെങ്കിൽ, ഇത്രയും വിഷം ഉണ്ടാകുമായിരുന്നില്ല. രക്ഷപ്പെടാനുള്ള വെമ്പലിൽ, ദിക്കുകൾ ഞെരുക്കുന്ന കാലൊച്ചകളിൽ സംഭ്രമം മൂത്ത്...കടിച്ചു പോയതാണ്...

അർദ്ധ ബോധത്തിൽ, നീരുവീണ് നീലിച്ച വാവയുടെ ചുണ്ടുകൾ ചലിച്ചു...

അദ്ദേഹത്തിന് കുഴപ്പമൊന്നും ഇല്ലല്ലോ...

മാളത്തിനുള്ളിൽ, ഇല്ലാത്ത കർണ്ണ പുടങ്ങളിൽ തട്ടി, അത് മുഴങ്ങി.

വാവേ... മാപ്പ്.